आत्मविश्वास आणि आत्मबळ

यशाचं शिखर गाठणारे पंख

बेस्टसेलर पुस्तक 'विचार नियम'चे रचनाकार सरश्री यांची अन्य श्रेष्ठ पुस्तकं

आध्यात्मिक विकास साधण्यासाठी या पुस्तकांचा लाभ घ्यावा

- जीवनाची दोन टोकं - ध्यान आणि धन
- रामायण वनवास रहस्य
- संत ज्ञानेश्वर - समाधी रहस्य आणि जीवन चरित्र
- अंतर्मनाच्या शक्तीपलीकडील आत्मबळ
- मृत्यू उपरांत जीवन - मृत्यू मोका की धोका
- क्षमेची जादू - क्षमेचं सामर्थ्य जाणा, सर्व दुःखांपासून मुक्त व्हा
- प्रेम नियम - प्लॅस्टिक प्रेमातून मुक्ती
- आध्यात्मिक उपनिषद - सत्याच्या साक्षीने जन्मलेल्या 24 कथा
- विज्ञान मनाचे - मनाचे बुद्ध कसे बनाल

स्वविकासासाठी या पुस्तकांचा लाभ घ्यावा

- विचार नियम - आपल्या यशाचे रहस्य
- विकास नियम - आत्मसंतुष्टीचं रहस्य
- परिवारासाठी विचार नियम - हॅपी फॅमिलीचे सात सूत्र
- इमोशन्स वर विजय - दुःखद भावना व्यक्त करण्याची कला
- स्वसंवाद एक जादू - आपला रिमोट कंट्रोल कसा प्राप्त करावा
- साहसी जीवन कसं जगाल - अशक्य कार्य शक्य कसं कराल
- समग्र लोकव्यवहार - मैत्री आणि नातं निभावण्याची कला
- सुखी जीवनाचे पासवर्ड - दुःख, अशांती आणि उद्विग्नतेच्या कैदेतून सुखाला करा मुक्त
- जीवनाची 5 महान रहस्य - प्रेम, आनंद, मौन, समृद्धी आणि परमेश्वर प्राप्तीचा मार्ग
- वर्तमान एक जादू - उज्ज्वल भविष्याची निर्मिती आणि प्रत्येक समस्येवरील उपाय

युवकांनी या पुस्तकांचा लाभ घ्यावा

- आजच्या युवा पिढीसाठी - विचार नियम फॉर युथ
- नींव नाइन्टी फॉर टीन्स् - बेस्ट कसे बनाल
- श्रीरामांकडून काय शिकाल - नवरामायण फॉर टीन्स्

या पुस्तकाद्वारे प्रत्येक समस्येचं समाधान प्राप्त करा

- स्वाथ्य प्राप्तीसाठी विचार नियम - मनःशक्तीद्वारे निरामय आरोग्य मिळवा
- स्वीकाराची जादू - त्वरित आनंद कसा प्राप्त करावा

या आध्यात्मिक कादंबऱ्यांद्वारे जीवनाचं गूढ रहस्य जाणा

- योग्य कर्मांद्वारे यशप्राप्ती - सन ऑफ बुद्धा
- शोध स्वतःचा - हरक्युलिसचा आंतरिक प्रवास
- पृथ्वी लक्ष्य - मृत्यूचं महासत्य
- दुःखात खुश राहण्याची कला - संवाद गीता

आत्मविश्वास आणि आत्मबळ

यशाचं शिखर गाठणारे पंख

How to gain Self Confidence

बेस्ट सेलर पुस्तक
'विचार नियम'चे
रचनाकार
सरश्री

विश्वातील एक मनुष्य जर एखादं कठीण कार्य करू
शकत असेल, तर तुम्हीही ते निश्चितच करू शकता!

आत्मविश्वास आणि आत्मबळ – यशाचं शिखर गाठणारे पंख

© Tejgyan Global Foundation

All Rights Reserved 2016.
Tejgyan Global Foundation is a charitable organization having its headquarters in Pune, India.

सर्वाधिकार सुरक्षित
'वॉव पब्लिशिंग्ज्'द्वारे प्रकाशित हे पुस्तक अशा अटीवर विकण्यात येत आहे की प्रकाशकाच्या लेखी पूर्वअनुमतीविना ते व्यापाराच्या दृष्टीने अथवा अन्य प्रकारे उसने, भाड्याने अथवा विकत अन्य कोणत्याही प्रकारच्या बांधणीत अथवा अन्य मुखपृष्ठासह देता येणार नाही. तसेच अशाच प्रकारच्या अटी नंतरच्या ग्राहकावर बंधनकारक न करता आणि वर उल्लेखिलेल्या कॉपीराइटपुरत्या मर्यादित न ठेवता या पुस्तकाच्या कोणत्याही स्वरूपाच्या विनिमयास, तसेच कॉपीराइटधारक व वर उल्लेखिलेले प्रकाशक दोघांच्याही लेखी पूर्वअनुमतीविना इलेक्ट्रॉनिक, मेकॅनिकल, फोटोकॉपी, रेकॉर्डिंग इत्यादी प्रकारे या पुस्तकाचा कोणताही अंश पुनःप्रस्तुत करण्यास, जवळ बाळगण्यास अथवा सुधारित स्वरूपात प्रस्तुत करण्यास मनाई आहे.

प्रकाशक : वॉव पब्लिशिंग्ज् प्रा. लि., पुणे

पहिली आवृत्ती : मे २०१६
पुनर्मुद्रण : ऑगस्ट २०१६
पुनर्मुद्रण : जुलै २०१७, ऑगस्ट २०१९

ISBN : 978-81-8415-480-1

'आत्मविश्वास–सफलता का द्वार' या मूळ हिंदी पुस्तकाचा मराठी अनुवाद

Atmavishwas Aani Aatmabal - Yashacha Shikhar Gathanare Pankha
By **Sirshree** Tejparkhi

समर्पित

विद्यार्थिदशेतून बाहेर पडत, करिअरच्या मोकळ्या आकाशात
गगनभरारी घेऊ इच्छिणाऱ्या तरुणांना हे पुस्तक समर्पित...
आई-वडील आणि शिक्षकांच्या सुरक्षित घरट्यातून बाहेर पडत, आव्हानं
पेलण्यासाठी तुम्ही खऱ्या अर्थानं सज्ज झाला आहात.
म्हणूनच प्रस्तुत पुस्तक विशेषतः तुमच्याचसाठी लिहिण्यात आलंय.

आदरणीय सरश्री तेजपारखी,

आपल्या संस्थेनं चिंचवड येथे शिक्षकांसाठी एका कार्यक्रमाचं आयोजन केलं होतं. तेथे मी प्रमुख व्याख्याता या नात्याने उपस्थित होतो. या समारंभात मला आपण लिहिलेले काही सद्ग्रंथ भेटरूपात देण्यात आले होते. ती सर्व पुस्तकं मी वाचली.

मला आपलं 'आत्मविश्वास' या विषयावरील पुस्तक तर खूपच आवडलं. कारण आजच्या युवापिढीसाठी हे पुस्तक म्हणजे जणू एक दीपस्तंभच! समाजाच्या सर्वांगीण विकासासाठी आपण करत असलेलं कार्य नक्कीच महत्त्वपूर्ण आहे. आजच्या स्पर्धेच्या युगात, प्रत्येकजण केवळ पैसा आणि सत्ता यांमागे धावतोय. पण अशा पिढीमध्ये आदर्श विचारांची पेरणी करण्यासाठी या पुस्तकाचा नक्कीच हातभार लागेल.

माझ्या शुभेच्छा सदैव आपल्यासोबत आहेत,

– डॉ. प्र. चिं. शेजवलकर
अध्यक्ष, आदर्श शिक्षण मंडळी
संचालक, इन्स्टिट्यूट ऑफ मॅनेजमेंट एज्युकेशन

अनुक्रमणिका

प्रस्तावना	**आत्मविश्वास आणि आत्मबळ** यशाची गुरुकिल्ली	११
खंड १	**विश्वासाच्या शिखरावर पोहोचण्याचं ज्ञान**	१५
अध्याय १	**विश्वासाच्या शक्तीने जग जिंका** सर्वांत मोठी शक्ती	१७
अध्याय २	**विश्वास- यशाचं रहस्य** अविश्वासातून मुक्त व्हा	२३
अध्याय ३	**आत्मबळ कसं वाढवाल** विचारांना दिशा द्या	२८
अध्याय ४	**आत्मबळ वाढवणाऱ्या गोष्टी** यश तुमच्याच हातात	३२
अध्याय ५	**जसा विश्वास, तसा परिणाम** प्रेम, आनंद आणि शांतीचा प्रकाश	३९
अध्याय ६	**विश्वासाच्या शिखरावर पोहोचा** संकटकाळात होते विश्वासाची पारख	४३
अध्याय ७	**आत्मविश्वास-अहंकारातील फरक** स्वतःचा आदर करा	४७
अध्याय ८	**स्वत:ला ओळखा** अथक प्रयत्न म्हणजे यशप्राप्तीचा राजमार्ग	५२

खंड २		आत्मविश्वास वाढवा, आत्मबळ प्राप्त करा	५७
अध्याय ९		**प्लस मनाची निर्मिती** मनावर नियंत्रण मिळवण्याची पहिली पायरी	५९
अध्याय १०		**'वर्तमन'ची निर्मिती** मनावर नियंत्रण मिळवण्याची दुसरी पायरी	६९
अध्याय ११		**एकाग्र मनाची निर्मिती** मनावर नियंत्रण मिळवण्याची तिसरी पायरी	७४
अध्याय १२		**शंका-कुशंकांतून मुक्त व्हा** आत्मविश्वासाचा पहिला शत्रू – शंका, संशय	८१
अध्याय १३		**भीतीला करा कायमचा बाय-बाय भाग-१** आत्मविश्वासाचा दुसरा शत्रू – भीती	८६
अध्याय १४		**भीतीला करा कायमचा बाय-बाय भाग-२** लोक काय म्हणतील	९७
अध्याय १५		**श्रद्धेचं बीज रुजवा** आत्मविश्वासाचा तिसरा शत्रू – अंधविश्वास	१०५
अध्याय १६		**अभिनयाची मदत** पहिली युक्ती	११०
अध्याय १७		**तीन प्रकारचे प्रतिसाद** दुसरी युक्ती	११५
अध्याय १८		**एका कामात तरबेज व्हा** तिसरी युक्ती	१२१
खंड ３		चला, आत्मविश्वासाच्या शिखरावर	१२५
अध्याय १९		**संकल्पशक्तीचा प्रयोग** आत्मबळप्राप्तीचं पहिलं रहस्य	१२७

अध्याय २०	**स्वसंवादांचा उपयोग** आत्मबळप्राप्तीचं दुसरं रहस्य	१३५
अध्याय २१	**भावनेचं सामर्थ्य** आत्मबळप्राप्तीचं तिसरं रहस्य	१४०
अध्याय २२	**मंथनातून मिळवा आत्मबळ** आत्मबळप्राप्तीचं चौथं रहस्य	१४३
अध्याय २३	**वेळेत पूर्ण करा प्रत्येक काम** यशासाठी पहिली कार्ययोजना	१४९
अध्याय २४	**सर्वोत्तम द्या** यशासाठी दुसरी कार्ययोजना	१५४
अध्याय २५	**चार पावलं** यशासाठी तिसरी कार्ययोजना	१६०
अध्याय २६	**स्वतःचं खरं रूप ओळखा** यशासाठी चौथी कार्ययोजना	१६४
अध्याय २७	**विश्ववासी, विश्वासी बना** यशासाठी पाचवी कार्ययोजना	१६९
	परिशिष्ट	१७३
१	**यशस्वी जीवनाच्या सात गरजा** संपूर्ण यशप्राप्तीसाठीचं अंतिम ध्येय	१७५
२	**दृढ संकल्प** यशप्राप्तीच्या चार गुरुकिल्ल्या	१७९

प्रस्तावना

आत्मविश्वास आणि आत्मबळ
यशाची गुरुकिल्ली

मित्रहो, मी जेव्हा तुमच्यासोबत असतो, तेव्हा तुम्ही कोणतंही कठीण कार्य सहज पूर्ण करू शकता. केवळ माझ्या सहवासानं तुमच्या मनातली भीती दूर पळून जाते. इतकंच काय, पण तुम्ही कोणत्याही उच्चपदस्थ व्यक्तीशी थेट संवाद साधू शकता, हजारो लोकांसमोर धीटपणे बोलू शकता आणि हाती घेतलेलं कार्य तडीस नेऊ शकता. मी असलो तरच तुमच्या जगण्याला अर्थ आहे. कोण आहे मी?

तुमचा सच्चा साथीदार, तुम्हाला यशाच्या शिखरावर नेणारा सुहृद... होय, मी तुमच्याच अंतर्यामी वास्तव्य करणारा...

तुमचाच,
'आत्मविश्वास'

आत्मविश्वास म्हणजे माणसाच्या जीवनातील सर्वांत प्रमुख गुणांपैकी एक अत्यावश्यक गुण होय. वास्तवात आत्मविश्वासाच्या आणि आत्मबळाच्या गुरुकिल्लीनंच यशाचं द्वार उघडलं जातं.

हल्लीच्या स्पर्धेच्या युगात यशस्वी होण्यासाठी आत्मविश्वासाचं असणारं महत्त्व

सर्वांनाच पटलेलं आहे. परंतु आत्मविश्वास म्हणजे नक्की काय, त्याची व्याख्या काय, तो वृद्धिंगत कसा होईल, याबाबत बहुतांश लोक अनभिज्ञ असतात.

यशप्राप्तीसाठी आत्मविश्वास हा श्वासाइतकाच महत्त्वाचा ठरतो. कारण आत्मविश्वास हेच मनुष्याचं खरं आत्मबळ आहे. आत्मबळाच्या अभावामुळेच माणूस आपल्या जीवनातील अनेक अमूल्य संधी गमावतो.

आत्मविश्वासाच्या बळावरच माणसाला प्रत्येक अशक्य काम सहजशक्य होतं. आत्मविश्वासाच्या, आत्मबळाच्या गुरुकिल्लीनंच यशाचं द्वार उघडलं जातं. ज्यामुळे आपल्या जीवनात थांबलेली अर्धवट कार्यं पूर्ण होतात. पण ज्या आत्मविश्वासामुळे आपण विश्वातील सर्व रहस्यं जाणून यशाच्या शिखरावर आरूढ होऊ शकतो, त्याविषयी आपल्याला अर्धवट ज्ञान असावं, हे आश्चर्यच नव्हे का? मानवी मन ही निसर्गाची एक आश्चर्यकारक रचना आहे. हे मन एखाद्या घटनेबद्दल कधी सकारात्मक तर कधी नकारात्मक विचार करत असतं. सतत द्विधावस्थेत जगणाऱ्या या मनासाठी आत्मविश्वास म्हणजे जणू रामबाण औषधच! हे औषध घेतल्यावर माणूस यशाच्या मार्गावर सहजपणे वाटचाल करू लागतो.

आत्मबळाचा अभाव म्हणजेच अविश्वास! अविश्वास माणसाच्या आयुष्यातील एक अशी व्याधी आहे, जी मोठ्या प्रमाणात बळावल्यानंतरच त्याचे डोळे उघडतात. पण तोवर बराच उशीर झालेला असतो. यासाठी आजच सजग व्हा! आपल्या मनातल्या असुरक्षितता, भय आणि न्यूनगंड यासारख्या व्याधीतून मुक्त होण्यासाठी आत्मविश्वासाची संजीवनी प्राप्त करा.

आत्मविश्वासाचा केवळ वरवरचा अर्थच सर्वांना ठाऊक आहे. पण आत्मविश्वासाच्या यात्रेचा अंतिम टप्पा आपल्याला वाटतो त्यापेक्षा मैलोगणती दूर आहे. आत्मविश्वासाच्या अंतिम सीमेवर तो *तेजविश्वासामध्ये** परिवर्तित होतो आणि या तेजविश्वासाद्वारेच आपल्या जीवनात सर्वोच्च यश प्रकट होतं.

---

* *तेजविश्वास म्हणजे काय, हे जाणण्यासाठी वाचा प्रस्तुत पुस्तकातील पान क्र. ३७*

प्रस्तुत पुस्तकात आत्मविश्वास आणि आत्मबळ यांच्याशी संबंधित असणाऱ्या जीवनाच्या अदृश्य पैलूंवर प्रकाश टाकण्यात आला आहे. हे पैलू अत्यंत सहज, सरळ आणि उपयुक्त भाषेत आपल्यासमोर प्रस्तुत करण्यात आले आहेत. हे वाचल्यानंतर आपल्याला आत्मविश्वासासोबत प्राप्त होतील, चार हिरे म्हणजे परमोच्च सफलता, आत्मनियंत्रण, आत्मपरीक्षण आणि आत्मबळ! शिवाय धैर्य, निर्भयता, आत्मसन्मान, निर्णय घेण्याची कला, रचनात्मकता, प्रावीण्य आणि संकल्पशक्ती ही सात मौल्यवान रत्नंदेखील मिळतील. हे चार हिरे आणि सात मौल्यवान रत्नं यांच्या आधारे आपण पोहोचणार आहोत यशाच्या शिखरावर!

आत्मविश्वास आणि आत्मबळ म्हणजे मनुष्याला यशाच्या शिखराकडे उड्डाण करण्यासाठी प्राप्त झालेले दोन पंख! या पंखामध्ये बळ भरताच मनुष्य यशशिखराकडे गरुडझेप घेऊ शकतो. प्रस्तुत पुस्तक तुमच्या आयुष्यात नेमकी हीच भूमिका बजावेल. मग तयार आहात, गगनभरारी घेण्यासाठी!

...सरश्री

पुस्तकाचा लाभ कसा घ्यावा

आत्मविश्वासाच्या पायऱ्या चढत असताना प्रस्तुत पुस्तकाद्वारे तुमच्यासमोर जीवनाचे अनेक नवे पैलू उलगडतील. त्यांची ओळख करून घेतल्यानंतरच तुम्हाला सर्वोच्च यश प्राप्त होईल. प्रस्तुत पुस्तकातील शिकवण अमलात आणल्यानंतर निश्चितच तुमच्या जीवनात चमत्कार घडतील. त्याच्या आधारे तुम्ही स्वतःचं संपूर्ण जीवन महान, आनंददायी, सुंदर आणि यशस्वी करू शकाल यात शंकाच नाही. या पुस्तकाचा पुरेपूर लाभ घेता यावा यासाठी तुम्ही पुढील सूचनांची मदत घेऊ शकता-

१. प्रस्तुत पुस्तक तीन खंडांमध्ये विभागलं गेलंय. पहिल्या खंडात विश्वासाची शक्ती कशी जागृत करावी, विश्वासाची पारख कशी करावी, याविषयीचं संपूर्ण ज्ञान देण्यात आलंय.

२. पुस्तकाच्या दुसऱ्या खंडात आत्मविश्वास वृद्धिंगत करण्याचे मार्ग दिले आहेत. तुम्हाला आत्मविश्वास त्वरित प्राप्त करायचा असेल, तर दुसरा खंड आधी वाचू शकता.

३. पुस्तकाच्या तिसऱ्या खंडात आत्मविश्वास वाढवण्यासाठी आवश्यक असणाऱ्या मुख्य शक्तींची ओळख करून देण्यात आली आहे. शिवाय, यशस्वी जीवनासाठी 'कार्ययोजना'देखील देण्यात आली आहे. त्यांचा लाभ घेऊन तुमच्या अंतर्यामी आत्मविश्वास जागृत होऊ शकेल.

४. प्रत्येक भागाच्या शेवटी मनन करण्यासाठी मुद्दे दिले आहेत, त्यावर सखोल मनन-चिंतन करा.

५. पुस्तकातील जे वाक्य तुम्हाला दैनंदिन जीवनात आत्मसात करण्यायोग्य वाटतं, ते त्वरित डायरीत नोंदवून ठेवा.

६. प्रस्तुत पुस्तक सर्वांसाठी उपयुक्त आहे. तेव्हा या पुस्तकात देण्यात आलेले प्रयोग प्रत्यक्षात करून पाहा. मग तुम्हाला यशाचा पासवर्ड नक्कीच गवसेल.

खंड 9
विश्वासाच्या शिखरावर पोहोचण्याचं ज्ञान

१

विश्वासाच्या शक्तीने जग जिंका

सर्वांत मोठी शक्ती

आत्मबळ प्राप्त झालेला माणूस नेहमीच मोकळेपणानं, प्रसन्नतेनं जगतो, तर सदैव अविश्वास दाखवणारी व्यक्ती आक्रसलेलं, संकुचित जीवन जगते.

आत्मविश्वास, आत्मबळ आणि तेजविश्वास म्हणजे नक्की काय, हे जाणून घेण्याआधी आपण मनाविषयीच्या काही सर्वसाधारण आणि काही विशेष गोष्टी माहीत करून घेऊया.

प्रत्येक मनुष्याच्या अंतर्यामी मन असतं, हे तर तुम्ही जाणताच. पण काहीजण या मनामुळे दुःखी असतात; तर काहींचं मन आनंदानं व्यापलेलं असतं. आता हा फरक कशामुळे बरं? तर 'तुलनात्मक मना'मुळे. तुलनात्मक मन (कॉन्ट्रास्ट माइंड) म्हणजे सतत तुलना करणारं, तक्रारीचा सूर लावणारं, प्रत्येक गोष्टीला दोनमध्ये विभागणारं आणि प्रत्येक घटनेत नकारात्मक विचार

करणारं मन. बहुतांश लोकांचं तुलनात्मक मन खूपच प्रबळ असतं. त्यामुळेच त्यांच्या आयुष्याला अविश्वासाची कीड लागलेली असते. असे लोक या चंचल मनामुळे खूप त्रस्त असतात. यांनाच 'अविश्वासी' असं म्हणता येईल. याउलट काहीजण या मनावर विजय मिळवतात. असे लोक 'विश्वासी असतात, विश्ववासी असतात.' 'विश्ववासी'* म्हणजे विश्वासाच्या शिखरावर पोहोचलेला माणूस... ज्याच्या विचारांच्या कक्षा विस्तीर्ण झालेल्या असतात, विश्वाच्या कानाकोपऱ्यापर्यंत रुंदावलेल्या असतात... अशा माणसासाठी 'हे विश्वचि माझे घर' ही उक्ती सार्थ ठरते. कारण असा माणूस 'मी-माझं-मला' या संकुचित विचारसरणीतून मुक्त असतो. विश्ववासी माणूस चौफेर धावणाऱ्या मनाला लगाम घालून, त्याचा स्वामी झालेला असतो. कारण त्याच्यात भरलेला असतो पुरेपूर विश्वास!

जसं, काही फळांची एखादी बाजू किडलेली असते, त्याचप्रमाणे मनाच्याही एका बाजूला कीड लागलेली असते. ही कीड लागलेली बाजू म्हणजेच 'तुलनात्मक मन'! सर्वसाधारणपणे कोणतंही फळ पिकल्यावर झाडावरून खाली पडतं. पण माणसाचं मन मात्र कधीच परिपक्व होत नाही; दुःखद, नकारात्मक विचारांतून कधीच बाहेर पडत नाही. या अपरिपक्व मनाचा पाडाव करण्यासाठी अनेक प्रकारचे विधी बनवले गेलेत. जसं, जप-तप, तंत्र-मंत्र, कर्म-धर्म, भक्ती, ज्ञान-ध्यान इत्यादी. या सर्व विधींमागचा हेतू तुलनात्मक मनाच्या नकारात्मक भावना नष्ट करणं हाच आहे. खरंतर माणसाच्या मनात विश्वासाचे, प्रेमाचे, स्वीकाराचे भाव जागृत व्हावेत, हाच या सर्व विधींमागील मुख्य उद्देश होता. परंतु सध्याच्या युगात केवळ कर्मकांडांनाच महत्त्व दिलं गेल्याने त्या मागचा मूळ हेतू लोप पावलाय.

समजा फळाचा एखादा भाग किडला, की तो कापून आपण फेकतो. परंतु मनरूपी फळाचा किडलेला हिस्सा कसा कापला जाणार? हे कीड लागलेलं तुलनात्मक मन अदृश्य असल्यानं आपण कापूच शकत नाही. म्हणून त्यासाठी वेगळ्या प्रकारची उपाययोजना करावी लागते. अशा वेळी या तुलनात्मक मनाला आत्मविश्वासाची, आत्मबळाची संजीवनी देऊन ती कीड नष्ट करता येते, ते मन विलीन करता येतं.

**'विश्ववासी' या संकल्पनेविषयी सविस्तर जाणण्यासाठी वाचा, तिसऱ्या खंडातील अध्याय २७*

एखाद्या नकारात्मक घटनेनंतर तुमच्या मनात असंख्य विचार यायला सुरुवात होते. जोपर्यंत या विचारांना नियंत्रित करण्याचं प्रशिक्षण तुम्हाला मिळत नाही, तोपर्यंत ते मनात गर्दी करतात आणि तुम्ही त्रासून जाता. पण मनाला जोपर्यंत समज, सत्यश्रवण आणि भक्तीची ओढ लागत नाही, तोपर्यंत प्रत्येक कर्म ही सेवाच असते, ही गोष्ट ते समजू शकत नाही. त्यामुळेच मन कायम अस्वस्थ राहतं.

माणसाच्या मनात जोवर विश्वास जागृत होत नाही, तोवर त्याला यशाचा मार्ग गवसत नाही. मात्र त्याचा विश्वास जागृत झाला, विश्वासाची शक्ती प्राप्त झाली तर एखाद्या कर्मवीराप्रमाणे ते कार्यमग्न होतं. मनासाठी विश्वास जणू गंगा नदीप्रमाणे असतो. गंगानदीत स्नान केल्यावर सर्व पापं नष्ट होतात, असा अनेक लोकांचा विश्वास आहे. त्याचप्रमाणे विश्वासरूपी गंगेत न्हाऊन निघाल्याने मनाचे सर्व दोष नाहीसे होतात. पवित्र मन, प्रेम आणि विश्वास यांच्या साहाय्यानं माणूस संपूर्ण जगही जिंकू शकतो. केवळ संपत्तीच्या आणि शक्तीच्या जोरावर कोणीही जग जिंकू शकत नाही. या दोन्हींच्या मदतीनं जग जिंकू पाहणाऱ्या सिकंदराचं स्वप्नही अखेर अधुरंच राहिलं ना?

माणसामधील विश्वासाचा विकास हा वेळोवेळी, ज्ञानानं आणि काही प्रयोग केल्यानं होतो. पूर्वी ज्या गोष्टींवर तुमचा विश्वास नव्हता, कालांतरानं समज मिळताच, त्याच गोष्टींवर तुम्ही खात्रीपूर्वक विश्वास ठेवू लागता. हा विश्वास सर्वोच्च शिखरावर पोहोचल्यानंतरच तुम्हाला त्याची विलक्षण ताकद जाणवू लागते.

आत्मविश्वास असलेला माणूस विकासपथावर जलद गतीनं मार्गक्रमण करू लागतो. कारण विश्वास आणि विकास या एकाच नाण्याच्या दोन बाजू आहेत. माणसाच्या मनात विश्वास असेल तरच त्याचा विकास होतो आणि जीवनात होणाऱ्या विकासामुळे त्याचा विश्वासही दृढ होत जातो. ही आहे वैशिष्ट्यपूर्ण, खास बाब! जी आता आपण आणखी सखोलतेनं जाणून घेणार आहोत.

अंतर्ज्ञान आणि विश्वास

माणसाच्या अंतर्यामी दडलेले दोन गुण प्रकट होताच त्याला जीवनात संपूर्ण समाधानाची जाणीव होते. हे दोन गुण जोवर प्रकट होत नाहीत, तोवर त्याला अंतर्यामी अपूर्णता आणि कमतरता जाणवत राहते. उदाहरण द्यायचं झालं तर, जोवर एखादा

सिनेमा रिलीज होत नाही, तोवर त्या सिनेमातील कलाकार आणि दिग्दर्शक संतुष्ट नसतात. अगदी त्याचप्रमाणे तुमच्या अंतरंगात दडलेले हे दोन गुण जोवर पूर्णपणे प्रकट होत नाहीत, तोवर तुम्हाला अपूर्णता जाणवत राहते.

हे दोन गुण आहेत तरी कोणते? ते म्हणजे – विश्वास आणि प्रेम! तुमच्या जीवनात विश्वास प्रकट झाला नाही, तर तुम्हाला कोणत्याही प्रकारचा आनंद प्राप्त होत नाही. शिवाय, जोवर प्रेम पूर्णतः प्रकट होत नाही, तोवर तुमच्या हृदयात कोणतीही सुखद भावना निर्माण होत नाही. विश्वासानं प्रेम जागृत होतं आणि प्रेमानं विश्वास जिंकता येतो. अशाप्रकारे हे दोन्ही गुण परस्परांना पूरक आणि साहाय्यकारी असतात. परमेश्वरावरील विश्वास माणसाच्या मनात भक्ती जागृत करतो; मग ही भक्तीच मनातला अढळ विश्वास वृद्धिंगत होण्यासाठी कारणीभूत ठरते.

या विश्वात अनेक चमत्कार होताना अढळतात. लोक काही विशिष्ट स्थानी जाऊन, आजारांपासून मुक्ती मिळवतात. मग ते स्थान एखाद्या डोंगरावर असो, मंदिर असो, चर्च असो, दर्गा असो, गुरुद्वारा असो किंवा एखादं जंगल... माणसामध्ये असणारा विश्वास प्रकट करण्यासाठी ते स्थान अतिशय साहाय्यक ठरतं. या स्थानांवर गेल्याने लोकांचे नवस पूर्ण होतात, त्यामागचं मुख्य कारण म्हणजे विश्वास! 'विश्वास' म्हणजे विश्वातील सर्वाधिक शक्तिशाली तरंग होय. या तरंगाच्या सान्निध्यात आल्यावर माणसाचं तन-मन खुलतं, प्रसन्नतेच्या भावनेनं उमलू लागतं. परिणामी भय आणि चिंतेचे नकारात्मक तरंग नष्ट होतात.

येशू ख्रिस्तानं त्यांच्या जीवनात जे काही चमत्कार केले, त्यामागे विश्वासाचीच शक्ती कार्यरत होती. जीझसनं रुग्णांना हेच सांगितलं होतं, 'तुम्हाला स्वस्थ होण्याचा विश्वास वाटत असेल, तर हा विश्वासच तुम्हाला बरं करेल.'

विश्वासाच्या शक्तीनं तुम्ही रोगमुक्त होऊ शकता, हवं ते मिळवू शकता. म्हणून ही शक्ती प्रकट करण्याची कला प्रत्येकानं शिकायला हवी. कारण विश्वासाच्या बळावर तुम्ही यश प्राप्त करता. शिवाय विनाअट प्रेम, तेजप्रेम प्रकट झाल्याने तुमच्या हृदयाची बंद कवाडं उघडली जातात. मग या खुल्या द्वारातून ईश्वराचं आगमन तुमच्या जीवनात झालं नाही तरच नवल! तुम्हाला एकदा ईश्वरप्राप्ती झाली, की मग इतर कशाचीच गरज भासणार नाही. तुमचं जीवन आनंदाच्या अभिव्यक्तीनं न्हाऊन निघेल.

माणसाच्या जीवनात जोपर्यंत विश्वासाची शक्ती आणि आत्मबळ जागृत होत नाही, तोपर्यंत त्याचं जीवन म्हणजे जणू दुःखांची मालिकाच असते. कारण विश्वासाअभावी माणसाचं मन नाना प्रकारच्या शंका-कुशंकांनी, तर्क-वितर्कांनी पोखरलं जातं. नकारात्मक विचारसरणीमुळे त्याचा विश्वास डळमळतो. मग 'भय' माणसाच्या मनाचा कब्जा घेतो. असा भयग्रस्त माणूस संकुचित, आक्रसलेलं आणि दुःखद आयुष्य जगतो. याउलट आत्मविश्वासानं ठासून भरलेला माणूस स्वतः तर मुक्तपणे, आनंदानं जगतोच शिवाय इतरांच्याही आयुष्यात आनंदाचं बीज पेरतो.

ज्या माणसाचा कशावरच विश्वास नसतो, तो इतरांना कोणतीही गोष्ट देताना कचरतो. स्वतःजवळची वस्तू इतरांना देताना त्याचे हात आखडतात. कारण त्याला अभावाच्या मनःस्थितीत जगण्याची म्हणजेच 'हे नाहीये... ते नाहीये... अमुक गोष्ट कमी आहे... तमुक गोष्ट मला कधीच मिळत नाही,' असा तक्रारींचा सूर लावण्याची जणू सवयच जडलेली असते. परिणामी तो द्वेष, असूया आणि तिरस्काराला बळी पडतो. हे टाळण्यासाठी आजपासूनच स्वतःमध्ये विश्वासाची शक्ती जागृत करा. कारण विश्वासच यशप्राप्तीची गुरुकिल्ली आहे.

रस्त्यात आडवं जाणारं मांजर, आकाशात चमकणारी वीज, ग्रह-नक्षत्रं, टिटवीचं ओरडणं... अशा गोष्टींना कधीच याबरू नका. विश्वास ठेवा, आपला जन्म एका महान कार्याच्या पूर्तीसाठी झाला आहे.

आत्मबळ म्हणजे काय

आत्मबळ म्हणजे मनुष्याच्या अंतरंगातून आलेली दृढता होय. समजा, एका विद्यार्थ्याला सांगितलं, 'तुझ्यासमोर दोन पर्याय आहेत. तुला आज चॉकलेट्स हवी असतील, तर केवळ एकच चॉकलेट मिळेल. पण जर तू दोन दिवस धीर धरलास, तर तुला चॉकलेट्सनी भरलेला डबा मिळेल.' आता अशा वेळी काही मुलं म्हणतील, 'दोन दिवस कोण थांबणार? एक चॉकलेट आताच द्या.' याचाच अर्थ, त्या मुलांकडे आत्मबळ कमी आहे. संयम, धैर्य, सहनशक्ती आणि स्वीकारभाव असेल तरच मनुष्याकडे आत्मबळ आहे, असं म्हणता येईल.

आत्मबळ असणारा मनुष्य कोणत्याही मोहाला मुळीच बळी पडत नाही. तो नेहमी प्रामाणिकपणा आणि सचोटी यांचीच कास धरतो. परिणामी, त्याचा आत्मविश्वासही वृद्धिंगत होतो.

मनन करण्यायोग्य गोष्टी

- प्रत्येक माणसाचं मन एखाद्या फळासारखं असतं. त्याच्या ज्या भागाला कीड लागलेली असते त्याला 'तुलनात्मक मन' असं संबोधलं जातं.

- तुलनात्मक मनामुळे त्रस्त झालेल्या माणसाला 'अविश्वासी', तर मनाला काबूत ठेवून त्यावर अधिराज्य गाजवणाऱ्या माणसाला 'विश्वासी' म्हटलं जातं. अशा मनुष्यानं आत्मबळाची दौलत प्राप्त केलेली असते.

- जोपर्यंत मनात विश्वास जागृत होत नाही, तोपर्यंत माणूस यशस्वी होत नाही.

- विश्वासामध्ये इतकी शक्ती आहे, ज्यामुळे तुम्ही प्रत्येक रोगातून मुक्त होऊ शकता.

- विश्वातील सर्व पवित्र स्थानं तुमच्या अंतर्यामीचा विश्वास प्रकट करण्यासाठी मदत करतात.

- विश्वासामुळेच माणसाचा विकास होतो आणि या विकासाने त्याचा विश्वासही दृढ होऊ लागतो.

- विश्वासामुळे प्रेम जागृत होतं, प्रेमानं विश्वास जिंकता येतो.

- पवित्र मन, प्रेम आणि विश्वास यांच्या आधारे माणूस संपूर्ण जग जिंकू शकतो.

- मन विश्वासानं तुडुंब भरल्यावर ते दोषमुक्त होतं.

२

विश्वास- यशाचं रहस्य

अविश्वासातून मुक्त व्हा

विश्वासाच्या शक्तीनं मनुष्याच्या जीवनातील
काळरात्र संपून यशाचा सूर्य प्रकाशमान होतो.

माणसाला एखाद्या गोष्टीचं आकर्षण वाटतं, तेव्हा त्याचं मन बाह्य जगातल्या मोहमायेकडे, संसाराकडे धाव घेतं. पण हेच मन आतल्या दिशेला, अंतर्यामीही वळू शकतं. मात्र त्यासाठी त्याला सत्याविषयी आकर्षण वाटायला हवं. ज्या गोष्टी जाणून घेण्यासाठी मन बाह्य दिशेकडे वळतं, त्या सामान्य गोष्टी असतात. प्रत्येक माणसाचं मन मनोरंजन, सुखसोयी, नाव, प्रसिद्धी, रंगरूप, स्पर्श, सुगंध, स्वर, स्वाद अशा गोष्टींकडे आकर्षित होतं. पण तसं पाहिलं तर या सर्व गोष्टी सर्वसाधारणच मानल्या जातात. कारण त्या क्षणभंगुर असतात.

याउलट ज्या गोष्टींमुळे आपलं मन आतल्या दिशेनं, अंतर्यामी डोकावतं, ती गोष्ट खास, वैशिष्ट्यपूर्ण म्हणायली हवी. कारण मनाला स्वतःच्याच अंतरंगाकडे आकर्षित करण्यासाठी अनेक नव्हे, तर केवळ एकाच गोष्टीची आवश्यकता असते.

ही खास गोष्ट सर्वांहून अनोखी असते. ती म्हणजे, 'विश्वासाच्या शक्तीनं मन 'नमन' अवस्थेप्रत पोहोचणं.' नमन म्हणजे न-मन! जिथं मन अस्तित्वातच नाही, अशी अवस्था म्हणजे 'न-मन'. मन जेव्हा न-मन होतं, तेव्हा माणसाला एका वेगळ्या आनंदाची अनुभूती होते.

बहुतांशी लोक केवळ मनाला त्रासदायक ठरणारा भाग नष्ट करू पाहतात म्हणजेच ते तुलनात्मक मनाकडे दुर्लक्ष करतात. समजा, ऑफिसमधल्या एखाद्या सहकाऱ्याचा तिरस्कार वाटू लागला, कुटुंबातील एखाद्या सदस्याचा राग आला, तर वरकरणी ते तसं दाखवत नाहीत. 'आलिया भोगासी असावे सादर' असं म्हणून मनाची समजूत घालतात. त्यांच्या मनातल्या खऱ्या भावनांकडे दुर्लक्ष करून प्रत्यक्ष वर्तणुकीमध्ये विरुद्ध प्रकारच्या भावना दर्शवतात. शिवाय मनाच्या ज्या भागामुळे आनंद मिळतो, केवळ त्याकडेच लक्ष देतात. म्हणजेच, 'मला त्याच्यापेक्षा वरची पोस्ट मिळाली... त्याची कशी जिरवली आज... माझ्या रागाचा वचपा काढला...' असा खोटा आनंद ते मिळवत राहतात. परंतु अशा लोकांना सांगायला हवं, तुमच्या मनात असलेल्या या नकारात्मक भावनांकडे कदापि दुर्लक्ष करू नका, हा मनाचा किडलेला भाग ठीक करता येतो. त्यापुढचीही वैशिष्ट्यपूर्ण बाब म्हणजे त्यांचं मन 'न-मन', 'वर्तमन','एक मन' (सिंगल माइन्ड) या अवस्थेपर्यंत जाऊ शकतं. म्हणजेच मन भूतकाळात किंवा भविष्यकाळात न अडकता केवळ वर्तमानामध्येच राहू लागतं. मग असं मन 'तेजआनंदाचं' कारण बनतं आणि आपल्या जीवनात चमत्कार व्हायला सुरुवात होते. तेजआनंद म्हणजे कधीही नष्ट न होणारा सर्वोच्च आनंद!

विश्वास मनाला सौंदर्य बहाल करतो

समजा, तुम्ही बाजारात आंबे खरेदी करायला गेलात आणि तुम्हाला कोणी विचारलं, 'आंबे घेताना तुम्ही नक्की काय पाहून आंबे खरेदी करता?' किंवा 'दुसरी कोणतीही गोष्टी खरेदी करतेवेळी तुम्ही त्यात काय पाहता?' असाच प्रश्न मनाच्या बाबतीतही करता येईल. 'इतरांचं मन वाचण्याचा प्रयत्न करताना तुम्ही काय पाहून अंदाज करता?'

या प्रश्नाच्या उत्तरात एक गोष्ट निश्चित आहे, ती म्हणजे आंबे विकत घेताना माणूस त्याचं साल पाहून खरेदी करतो. आंब्याचं साल हिरवं, पिवळं, केशरी, कोणत्या रंगाचं आहे? साल जाड आहे की पातळ? त्याचा वास आंबट येतोय की गोड? यावरून तो आंब्याची परीक्षा करतो. पण प्रत्यक्षात आंबा खायची वेळ आल्यावर मात्र तो ते साल खात नाही. त्या सालीच्या आतल्या गराबद्दल त्याला जी जाणीव झालेली असते, तो गर मनुष्य खातो. म्हणजेच आंबा आतून गोड असेल, तर ते त्याच्या सालावरून माणसाला जाणवतं. त्या आंब्याच्या सालावरून, बाह्य आवरणावरून त्याच्या अंतरंगात काय आहे हे समजतं. आंब्याच्या आतमध्ये जे काही असतं, तेच बाहेर दिसतं. हे बाह्यरूपच तुम्हाला सांगतं, 'मी असा आहे, तुम्हाला मी आवडलो असेन तर खरेदी करा.' मग, माणसाला विश्वास वाटू लागतो, हा आंबा नक्कीच स्वादिष्ट असणार, गोड असणार, मला जसा हवा आहे तसाच असणार. त्याची जी गरज आहे, ती या आंब्यामुळे पूर्ण होणार त्यामुळेच तो ते आंबे खरेदी करतो. या खरेदीमध्ये माणसाला कठीण असं काहीच वाटत नाही.

त्याचप्रमाणे ज्या माणसाच्या मनामध्ये विश्वास ओतप्रोत भरलेला असतो, तो सर्वांनाच आकर्षून घेतो. म्हणजेच ज्या माणसाच्या अंतर्यामी पुरेपूर विश्वास असतो, तो त्याच्या चेहऱ्यावर लगेच झळकतो. मग अशा माणसाच्या त्वचेचा रंग काळा असो किंवा गोरा, त्याला काही शारीरिक व्यंग असो किंवा नसो, तो सर्वांना सुंदर दिसतो हे मात्र निश्चित! शिवाय त्याच्या आसपासच्या लोकांना तो नक्कीच आकर्षित करतो.

मनाच्या आडून काय डोकावतंय

वरील उदाहरणातल्या आंब्याप्रमाणेच माणसाच्या अंतर्यामी एक अशी गोष्ट असते, जी अंतरंगातूनच त्याच्या चेहऱ्यावर, त्याच्या हावभावातून आणि वर्तणुकीतून डोकावत असते, झळकत असते. ती गोष्ट म्हणजे त्याचा 'विश्वास'.

विश्वासरूपी लालीम्यानं माणसाच्या जीवनातील काळरात्र संपून, यशाचा सूर्य प्रकाशमान होतो. अनेकदा त्याच्या बुद्धीला न पटणाऱ्या, न रुचणाऱ्या गोष्टीही विश्वासाच्या नजरेतून पाहता येतात. म्हणूनच तुम्ही प्रत्येकाकडे विश्वासानंच पाहायला हवं, जेणेकरून तो प्रकट (रिलीज) व्हायला हवा.

आंबा झाडाच्या फांदीवर लटकत असतो, पण त्यानं त्याचं खाद्य मुळांकडून मिळवलेलं असतं. झाडाचं मूळ जमिनीच्या आतमध्ये खोलवर पसरलेलं असतं, तिथून त्या आंब्याला खाद्य मिळतं. त्या मुळाची जर नीट निगा राखली गेली, त्याला वेळेवर खतपाणी दिलं गेलं, तर तो आंबा उत्कृष्ट प्रतीचाच निघतो. त्या आंब्याच्या सालावरूनच, त्याच्या आतल्या गराची कल्पना येते. त्यानंतरच आंब्याचा विकास, वाढ अतिशय सुंदर पद्धतीनं झाली असल्याचं तुमच्या लक्षात येतं.

माणसाचं मनही या आंब्याप्रमाणेच आहे. तो जर अंतर्मनाचा शोध घेऊ लागला, तर त्याचं मन 'न-मन' अवस्थेत जातं. एखाद्याचं मन जर या न-मन अवस्थेत स्थिर राहू शकलं, तर मग ईश्वर, निसर्गच त्याची काळजी घेऊ लागतो आणि प्रत्यक्ष परमपिताच त्याचा पालनकर्ता झाल्यानं, त्याच्या अंतर्यामीचा विश्वास दृढ होऊन बाह्यरूपातही झळकू लागतो. अशा माणसाचा संपूर्णपणे विकास झाला आहे, याची झलक तुम्हाला त्याच्या बाह्यरूपावरून पाहायला मिळते.

आंबा खाल्ल्यानंतर त्याची कोय नेहमी फेकून दिली जाते. आता या संदर्भातील एक म्हण सर्वांनाच माहीत आहे, 'आम के आम, गुठलियों के दाम.' म्हणजे आंबा तर खायचाच, शिवाय त्याच्या कोयीचाही पूर्णपणे लाभ मिळवायचा. त्याप्रमाणेच तुम्हालाही तुलनात्मक मनाचा (कोयीचा) पुरेपूर फायदा करून घ्यायचा आहे. सहसा तुम्ही आंब्याचा किडलेला भाग कापून फेकता. पण महत्त्वपूर्ण गोष्ट अशी, की तुम्हाला मनाच्या किडलेल्या भागाचा म्हणजेच तुलनात्मक मनाचाही लाभ करून घ्यायला शिकायचं आहे.

विश्वासाच्या शक्तीनं मन नमन होऊ शकतं. नमन म्हणजे अशी अवस्था, जिथं विश्वास सर्वोच्च शिखरावर पोहोचतो.

याचाच अर्थ, आंब्याच्या कीड लागलेल्या भागाचा काहीच उपयोग नसतो. परंतु मनाच्या बाबतीत मात्र हे तितकंसं खरं नाही. आंबा पुन्हा कैरीच्या अवस्थेत जाऊ शकत नाही; पण मन मात्र 'न-मन' अवस्था प्राप्त करू शकतं, आहे की नाही आश्चर्य!

मनन करण्यायोग्य गोष्टी

- माणसाचं मन विश्वासाच्या शक्तीनं 'न-मन' होऊ शकतं, ही वैशिष्ट्यपूर्ण बाब आहे.

- माणसाचं मन जेव्हा न-मन, वर्तमन आणि एक मन (सिंगल माईन्ड) होतं, तेव्हाच ते त्याच्या आनंदाचं कारण बनतं.

- तुम्ही आंब्याची साल पाहून ते खरेदी करता, पण प्रत्यक्षात ते साल खात नाही.

- आंब्याच्या सालाप्रमाणेच माणसाच्या मनातील विश्वास त्याच्या बाह्य जीवनातही झळकतो. शिवाय विश्वासाच्या लालीम्यानंच त्याच्या जीवनातील काळरात्र सरते.

- ज्याप्रमाणे आंब्याच्या प्रत्येक भागाचा उपयोग करता येतो, त्याप्रमाणे आपण मनाच्या प्रत्येक भागाचाही योग्य तऱ्हेनं लाभ करून घ्यायला शिकायला हवं.

- आंबा पुन्हा कैरी होऊ शकत नाही, पण वैशिष्ट्यपूर्ण बाब म्हणजे मन निश्चितपणे न-मन होऊ शकतं.

३

आत्मबळ कसं वाढवाल

विचारांना दिशा द्या

निसर्ग नेहमी त्याच्या नियमांनुसारच कार्यरत असतो. त्या नियमांप्रमाणे माणसाच्या अंतर्मनात विश्वास आणि श्रद्धा प्रकटली तर त्याच्या जीवनात आश्चर्यकारक परिणाम घडणार हे निश्चित!

तुमच्या मनातून जो विश्वास बाहेर झळकत असतो, त्याच्याकडे तुम्ही कसं पाहाल? तो विश्वास उच्च पातळीवर न्यायचा कसा? माणसाकडे अशी कोणती समज असायला हवी, ज्यामुळे त्याचे विचार बदलतील? माणसाचे विचार परिवर्तित झाले, उच्च पातळीवर गेले तर त्याच्या शरीरातून जे तरंग उमटतात, ते विश्वातील सकारात्मक गोष्टींच्या संपर्कात येतात. मग हा दृढ विश्वासाचा तरंग तुम्हाला हव्या असलेल्या गोष्टी तुमच्याकडे आकर्षित करतो. अशा प्रकारे सर्व सकारात्मक गोष्टी तुमच्या जीवनात येण्यास सुरुवात होते.

माणसाचा विश्वास हा त्याच्या जीवनासाठी

आवश्यक असल्यानं त्यानं विश्वासाची शक्ती समजून घ्यायला हवी. माणसाच्या विश्वासाची शक्ती अतिशय परिणामकारक आणि प्रभावी असते, त्यामुळेच त्याच्या मनातील विश्वास त्यानं नेहमीच प्रकट करायला हवा. विश्वास तुमच्या चेहऱ्यावरून झळकताच जीवनात चमत्कार घडायला सुरुवात होते. सर्वांनाच स्वतःच्या आयुष्यात काही चमत्कार व्हावेत असं वाटत असतं. तुम्ही जेव्हा एखाद्या चमत्काराबद्दल ऐकता, तेव्हा तुमच्याही मनात येतं, 'माझ्या आयुष्यात असं कधी घडेल? हल्लीच्या युगात चमत्कार होणं दुर्मीळच!' खरंतर, प्रत्येकाच्या आयुष्यात चमत्कार होऊ शकतात, फक्त ते चमत्कार पाहण्याची दृष्टी मात्र तुमच्याकडे असायला हवी. त्यासाठी एक गोष्ट लक्षात ठेवा, निसर्ग नेहमी त्याच्या नियमांनुसारच कार्यरत असतो. त्या नियमांप्रमाणे माणसाच्या अंतर्मनात विश्वास आणि श्रद्धा प्रकटली, तर त्याच्या जीवनात आश्चर्यकारक परिणाम घडणार हे निश्चित! पण माणसाचा विश्वास आणि श्रद्धा दृढ नसेल, तर मात्र असे परिणाम मुळीच घडू शकत नाहीत. संपूर्ण विश्वाच्या विकासाचा एकमेव आधार म्हणजे केवळ विश्वास (विश्व+आस)!

विचार म्हणजे विश्वासाचा आरसा

माणसाच्या मनात निर्माण होणारे विचार हे त्याच्या विश्वासाचं द्योतक असतं. तुमचे विचारच, तुम्ही किती महान कार्य करणार आहात, हे दर्शवतात. म्हणूनच तुमच्या विचारांना 'विश्वासाचा आरसा' असं म्हटलंय.

'हल्ली आपल्या मनात कोणत्या प्रकारचे विचार येताहेत?' असा प्रश्न विचारताच बहुतांश लोक 'मला नकारात्मक आणि असुरक्षेचे विचारच अधिक येतात' असं उत्तर देतील. यातूनच स्पष्ट होतं, की त्यांच्या जीवनात आत्मविश्वासाचा, आत्मबळाचा अभाव आहे. लक्षात घ्या, 'मनात निर्माण होणारे विचार म्हणजे तुमच्या आत्मविश्वासाचं द्योतक होय.' यासाठीच विचारांना दिशा देण्याची कला अवगत करा.

एक मनुष्य दररोज सकाळी झोपेतून जागं होताच विचार करतो, 'मंदिर उघडलं.' म्हणजेच हा मनुष्य त्याच्या शरीराला 'मंदिर' समजतोय. शरीर म्हणजे एक मंदिर असल्याची समज त्याला प्राप्त झालीय. आता या मंदिराच्या गाभाऱ्यात कोण असेल बरं? परमेश्वरच ना? ज्या मंदिराचे दरवाजे बंद असतात, त्याच्यासमोर कोणी उभं राहत नाही. पण मंदिर उघडताच तिथं अनेक प्रकारचे लोक यायला सुरुवात होते. सकाळी उठताच 'मंदिर उघडलं' हा विचार येणं म्हणजे तुमच्या मनात पुरेपूर विश्वास भरलेला

२९

आहे हेच ज्ञात होतं. मग अशा शरीराकडून सकारात्मक, आनंददायक आणि सर्वांसाठी हितकारक असणाऱ्या कार्यांचीच सुरुवात होईल ना?

याउलट दुसरा मनुष्य सकाळी जाग येताच संकुचित विचारांमध्ये अडकतो. जसं- 'मी सात वाजता उठलो. आता मी काय करू? मला स्वतःचं आवरायचं आहे, मुलांना शाळेत सोडून ऑफिसला जायचं आहे. खरंतर ऑफिसमध्ये कामाचा बोजा इतका वाढलाय, की आजकाल ऑफिसला जायलाच नकोसं वाटतं...' अशा प्रकारे, केवळ 'मी-माझं-मला' असा संकुचित विचार केल्याने मनुष्यात नैराश्य वाढतं. आता विचार करा, या उदाहरणातील दोन माणसांच्या विचारांमध्ये किती फरक आहे बरं! एकाला सकाळी जाग येताच साक्षात मंदिर उघडल्याचा विचार येतो, तर दुसरा मनुष्य संकुचित विचारांमध्येच अडकून पडतो. खरंतर या फरकामुळेच दुसरा मनुष्य अयशस्वी, असफल होतो आणि पहिला माणूस यशोमार्गावर वाटचाल करू लागतो. कारण अशा मनुष्याला स्वतःची खरी ओळख पटल्यामुळे, 'तो कोण आहे' हे समजल्याने त्याचे विचार परिवर्तित झालेले असतात. या दृढ विचारांमुळेच त्याचा विश्वास अभेद्य बनतो. पण मनात असे सद्‌विचार येण्यासाठी त्यानं पूर्वतयारी केलेली असते. जसं, तासन्‌तास बसून सत्य श्रवण करणं, मनन-चिंतन-ध्यान करणं वगैरे.

समजा, एखाद्या मनुष्याला सांगण्यात आलं, की सकाळी उठताच त्याला ईश्वराचं स्मरण करायचं आहे. 'मी उठलो, मला आवरायचंय' अशा विचारांऐवजी 'आता मंदिर उघडलंय' असा विचार करायचाय. यावर तो मनुष्य दुसऱ्याच दिवशी म्हणेल, 'अरेच्चा! तुम्ही सांगितलं होतं खरं, पण मला ते ऐनवेळी आठवलंच नाही. कारण ऑफिसमध्ये किती वाजता पोहोचायचं आहे, हाच विचार मला सतावत होता. कॉलेजमध्ये आज प्रोजेक्ट सबमिशन आहे, पाहुणे आलेत तर त्यांच्यासाठी खायला काय करू? हेच विचारचक्र माझ्या मनात दिवसभर सुरू होतं.' आता मनुष्याच्या या विचारांवरूनच त्याची अवस्था लक्षात येते.

मनुष्याचा विश्वास जर दृढ असेल, तर त्याच्या मनात येणारे विचार नक्की कसे असतील बरं? अशा मनुष्याच्या मनात नवलाईचे, आनंदाचे, प्रसन्नतेचे विचार निर्माण होतात. ज्या माणसाचा विश्वास दृढ असतो, त्याच्याकडे पाहताक्षणीच लोकांना कळून चुकतं, 'हा मनुष्य विश्वास ठेवण्यायोग्य आहे. मला याच्यासोबत राहायला नक्की

आवडेल.' कारण आनंदी, उत्साही, प्रसन्न माणसासोबत राहायला सर्वांनाच आवडतं!

विश्वासामुळे प्रेम जागृत होतं आणि प्रेमानं विश्वास प्राप्त करता येतो. विश्वासानेच यश मिळवता येतं.

दृढ विश्वास बाळगणाऱ्या मनुष्यासोबत राहिल्यानं तुम्हाला सुरक्षिततेची जाणीव होते. याउलट शंकेखोर, कपटी, अविश्वासू आणि विनाकारण तर्कवितर्क लावणाऱ्या लोकांपासून सर्वजण चार हात लांबच राहतात. यासाठी एक प्रश्न स्वतःला विचारून पाहा, 'माझ्यासोबत राहणं लोकांना नक्की आवडतं का?' समजा, तुमच्या आतून जर 'नाही' असं उत्तर आलं, तर आजपासूनच तुमच्या विचारांना दिशा द्या. तुमचे विचारच तुमच्या विश्वासाची खबरबात इतरांपर्यंत पोहोचवतात. म्हणून तुमच्या विचारांमधून आत्मविश्वासाचा सुगंध सर्वत्र दरवळू द्या. एखादी नकारात्मक घटना घडली तरीदेखील तुमचे विचार सकारात्मकच ठेवा. ती घटना तुम्हाला कोणती शिकवण देण्यासाठी आली आहे, याचा विचार करा. लक्षात घ्या, विचारांना दिशा दिल्यानेच आत्मविश्वास वृद्धिंगत होतो.

मनन करण्यायोग्य गोष्टी

- माणसाचे विचार परिवर्तित झाले, उच्च पातळीवर गेले तर त्याच्या शरीरातून जे तरंग उमटतात, ते विश्वातील सकारात्मक गोष्टींच्या संपर्कात येतात. मग हा दृढ विश्वासाचा तरंगच तुम्हाला ज्या गोष्टी हव्या आहेत, त्या तुमच्याकडे आकर्षित करतो.
- माणसाच्या विचारांवरूनच, त्याच्या अंतर्यामी किती विश्वास आहे हे लक्षात येतं. या विश्वासावरूनच त्याची महान कार्य करण्याची क्षमताही लक्षात येते.
- तुमचा विश्वास दृढ असेल तर मनुष्याच्या मनात नवलाईचे, आनंदाचे, प्रसन्नतेचे विचार निर्माण होतात.
- दृढ विश्वास बाळगणाऱ्या मनुष्यासोबत राहिल्यानं तुम्हाला सुरक्षिततेची जाणीव होते.
- एक प्रश्न स्वतःला विचारून पाहा, 'माझ्यासोबत राहणं लोकांना नक्की आवडतं का?' समजा, जर तुमच्या आतून 'नाही' असं उत्तर आलं, तर आजपासूनच तुमच्या विचारांना दिशा द्या.

४

आत्मबळ वाढवणाऱ्या गोष्टी

यश तुमच्याच हातात

मनुष्याच्या जीवनात जर प्रत्येक क्षणी विश्वास झळकू लागला, तर यशाच्या, समृद्धीच्या आणि परिपूर्णतेच्या शिखरावर पोहोचायला त्याला किती वेळ लागेल?

मनुष्याचं मन नेहमी इतरांशी तुलना करून दुःखी राहतं. पण प्राण्यांमध्ये मात्र नेहमी सहज मनच सक्रिय असतं. त्यामुळेच हरणाच्या मनात, 'मी सिंहासारखा शूरवीर का नाही बरं?' असा नकारात्मक विचार येत नाही. मोगऱ्याचं फूल, 'मी गुलाबासारखा का नाही?' असा विचार कधी करतं का? त्यामुळेच निसर्गातील प्राणी, पक्षी नेहमी आनंदात असतात.

माणसाच्या मनात मात्र ईर्षा, तुलना, अविश्वास या गोष्टींनी दुःखाचे विचार येतात. अन्यथा दुःख निर्माण झालंच नसतं. दुःखामुळेच त्याचा विश्वास डळमळीत होऊन, तो यशशिखरापासून दूर जाऊ लागतो. खरंतर

त्याला स्वतःवरील विश्वासाची जाणीव अगदी सहजतेने व्हायला हवी. पण केवळ अज्ञानवश माणसाचा विश्वास दबलेल्या अवस्थेत राहतो.

आज प्रत्येक माणसाला विश्वासाची आवश्यकता आहे. कारण हा विश्वासच त्याला यशाचं शिखर गाठण्यास मदत करतो. शिवाय, मनुष्याची आध्यात्मिक प्रगतीदेखील केवळ विश्वासाच्या बळावरच होऊ शकते. जे मन बाह्य गोष्टींकडे सहजपणे धाव घेतं, ते तितक्याच सहजतेनं अंतर्यामी वळू शकतं. जसं, तुमच्याही घरात पाण्याचा पाईप असतो, ज्या पाईपातून पाणी बाहेर जातं. मग त्यातूनच ते आतही येऊ शकेल ना? म्हणजेच पाण्याला बाहेर जाण्यासाठी किंवा आत येण्यासाठी एकच मार्ग असतो. अगदी त्याचप्रमाणे विश्वास माणसाच्या अंतर्यामी असतो आणि तोच बाह्य जगातही प्रकट होतो.

'विश्वास' ही एक अशी गोष्ट आहे, जी तुम्हाला अंतर्बाह्य समृद्ध करते. कारण विश्वास सर्वप्रथम तुमच्या मनात जागृत होतो आणि हळूहळू जीवनाच्या प्रत्येक स्तरावर त्याचा परिणाम दिसून येतो. खरंतर प्रत्येक मनुष्याला त्याच्या मनात असणारा विश्वास प्रकट करण्याची, तो खुलेपणानं व्यक्त करण्याची इच्छा असते. कारण विश्वास प्रकट झाल्याने मनुष्याला कमालीचा आनंद होतो आणि त्याच्या जीवनात चमत्कार घडू लागतात. एखादी घटना मनासारखी घडताच लोक म्हणतात, 'मला वाटलंच होतं, की असंच घडणार!', 'अमुक गोष्ट नक्की होणार, याची मला मनापासून खात्री वाटत होती.' आता विचार करा, हा विश्वास लोकांच्या मनात कुठून येतो बरं? याचाच अर्थ, त्यांच्यात हा विश्वास पूर्वीपासूनच होता. त्यांनी हा विश्वास याआधी ठामपणे व्यक्त केला नव्हता इतकंच! परिणामी, त्यांना अपेक्षित परिणाम प्राप्त होत नव्हते. ज्यावेळी त्यांनी मनात असणारा विश्वास व्यक्त केला, त्यावेळी त्यांच्या जीवनात आश्चर्यकारक घटनांची मालिका सुरू झाली. लक्षात ठेवा, 'शंका आणि संशय हे विश्वासाचे शत्रू आहेत.' कारण ते आत्मविश्वासाचा हळूहळू नाश करतात.

थोडक्यात, प्रत्येक मनुष्यात 'विश्वास' हा असतोच. फरक इतकाच, की काही लोकांच्या जीवनात तो कधी-कधी प्रकट होतो आणि काहींच्या जीवनात तो सातत्याने प्रकट होतो. विचार करा, मनुष्याच्या जीवनात जर प्रत्येक क्षणी विश्वास झळकू लागला, तर यशाच्या, समृद्धीच्या आणि परिपूर्णतेच्या शिखरावर पोहोचायला त्याला किती वेळ लागेल?

समजा, तुम्ही एक सर्वेक्षण केलं आणि त्यात प्रत्येकाला 'तुमच्यात विश्वासाचा

अभाव आहे का?' असा प्रश्न विचारला, तर जवळपास प्रत्येक मनुष्याचं उत्तर असेल, 'माझ्यात विश्वासाचा अभाव नाहीये.' कारण कोणाचा 'परमेश्वराच्या अस्तित्वावर विश्वास असतो; तर कोणी 'परमेश्वराचं अस्तित्वच नाहीये' यावर विश्वास करतो. याचाच अर्थ, आस्तिक आणि नास्तिक अशा दोघांकडेही 'विश्वास' हा समान घटक असतोच. दोघांनाही त्यांच्या विश्वासानुसार फळ मिळतं. बऱ्याचदा हे पाहायला मिळतं, की काही विशिष्ट लोकांनाच त्यांच्या कामाचं फळ मिळतं. इतर लोक मात्र कष्ट करूनही असंतुष्ट राहतात, त्यांना हाती काहीच गवसत नाही. यामागील एकमेव कारण म्हणजे, 'विश्वास'. मनुष्याला नेहमी तो बाळगत असलेल्या विश्वासानुसारच फळ मिळतं. स्वतःवर विश्वास ठेवणारा मनुष्य अनेक अडथळ्यांवर मात करून काम पूर्ण करतो. याउलट विश्वासाचा अभाव असणारा मनुष्य, छोटीशी अडचण येताच काम अर्धवट सोडून देतो.

'विश्वास' सर्वांच्या अंतर्यामी असतो. शिवाय, विश्वास व्यक्त करण्याच्या संधी जवळपास सर्वांसमोर असतात. पण खूप कमी लोक प्रत्यक्षात विश्वासाचं प्रकटीकरण करू शकतात. पण लक्षात घ्या, तुम्हाला अपेक्षित असणारे परिणाम तेव्हाच साध्य होतात, जेव्हा तुम्ही विश्वास प्रकट करता. 'माझ्या जीवनात विश्वास खरोखर प्रकट झालाय का? झाला असेल तर नेमका किती प्रमाणात?' असा प्रश्न तुम्ही स्वतःला विचारायला हवा. समजा, तुमच्या अंतरंगातील विश्वास पूर्णतः प्रकट झालेला असेल, तर तुमचं जीवन प्रेम, आनंद, शांती, समृद्धी अशा दैवी गुणांनी युक्त असायला हवं. पण जर तुम्ही अशा गुणांचा आविष्कार स्वतःच्या जीवनात पाहत नसाल, तर तुम्हाला 'विश्वास' प्रकट करायचा आहे, हे निश्चित समजा. विश्वास ही मनुष्याची सर्वांत मोठी ताकद आहे. संपूर्ण विश्वात घडणाऱ्या सकारात्मक, आश्चर्यकारक घटना म्हणजे विश्वासाचाच परिणाम आहेत. विश्वास असेल, तरच तुम्ही 'पृथ्वीलक्ष्य' पूर्ण करू शकता. 'पृथ्वीलक्ष्य' म्हणजे 'आपल्या पृथ्वीवरील जीवनाचं प्रयोजन जाणणं आणि ते पूर्ण करणं' होय.

आता आत्मबळ कोणत्या गोष्टींमुळे वृद्धिंगत होतं, आत्मविश्वास नेमक्या कोणत्या गोष्टींमुळे वाढतो, हे समजून घेऊया. आत्मविश्वास वृद्धिंगत होण्यामागे काही तात्पुरती कारणं असतात. जसं– शारीरिक ताकद, पैसा, संपत्ती, सत्ता, नावलौकिक, क्षणिक उत्तेजना इत्यादी. अशाप्रकारे, बाह्य गोष्टींमुळे निर्माण होणाऱ्या आत्मविश्वासाची माहिती आपण पाच प्रकारे घेऊ शकतो.

१. शारीरिक बळातून प्रकटलेला आत्मविश्वास

माणसाचं बलवान शरीर आणि शारीरिक ताकदीमुळे त्याच्यात विश्वास निर्माण होऊ शकतो. कराटे शिकलेल्या व्यक्तीकडे बघूनच लक्षात येतं, की त्या व्यक्तीच्या मनात स्वतःबद्दल जबरदस्त विश्वास आहे. कारण कोणत्याही शत्रूशी दोन हात करण्याचं सामर्थ्य असल्याचा विश्वास त्याला असतो.

हटयोगी किंवा साधूंमध्येही, त्यांनी प्राप्त केलेल्या विशिष्ट ज्ञानाने, सिद्धीने त्यांच्यात विश्वास निर्माण झालेला असतो. 'माझ्याकडे अमुक-अमुक सिद्धी आणि ज्ञान आहे. कोणी जर मला डिवचलं तर मी त्याला क्षणार्धात भस्म करेन' असा ठाम विश्वास त्यांच्यात असतो. असे साधू घनदाट अरण्यातही निर्भयतेनं वावरतात. इतकंच काय पण त्यांना विषारी सापाचंही भय वाटत नाही.

२. निरीक्षणातून किंवा उत्तेजनेतून आलेला विश्वास

कधी कधी ॲक्शनपॅक्ड चित्रपट पाहिल्यावर माणसाच्या अंगात वीरश्री संचारते. कारण त्यांनी सिनेमातल्या हीरोचं बारकाईनं निरीक्षण केलेलं असतं. त्याच्या प्रत्येक लकबीचं आणि हालचालींचं ते अनुकरण करतात. त्या अनुकरणातूनच त्यांना 'आपणही अशी फाइट करू शकतो' असा स्वतःबद्दल विश्वास वाटू लागतो.

३. नावलौकिक आणि प्रसिद्धीतून मिळालेला विश्वास

कल्पना करा, एक व्यक्ती 'गिनीज बुक ऑफ वर्ल्ड रेकॉर्डस्' मध्ये स्वतःचं नाव नोंदवलं जावं यासाठी एखादं अचाट साहसी कृत्य करण्याच्या तयारीत आहे. त्याची ही कृती पाहण्यासाठी अफाट जनसमुदाय जमलाय आणि सर्वजण त्याचा जयजयकार करताहेत. अशावेळी त्याच्या अंगात स्फुरण चढू लागतं. या जयजयकारातून आणि संभाव्य प्रसिद्धीच्या निव्वळ कल्पनेतूनच त्याच्या मनात विश्वास निर्माण होतो.

४. संपत्तीमुळे निर्माण होणारा विश्वास

काही लोकांमध्ये त्यांच्याकडे असलेल्या पैशाने, संपत्तीने विश्वास निर्माण होतो. उदाहरणार्थ, लॉटरी लागताच माणसाच्या मनात, आर्थिक समृद्धीने विश्वास निर्माण होतो. मग त्याला स्वतःचा नवीन व्यवसाय सुरू करावासा वाटू लागतो. त्याला 'आता

मी स्वतःचं उद्योग साम्राज्य उभारू शकतो' हा विश्वासू वाटू लागतो. याचाच अर्थ, पूर्वी त्याच्याजवळ नसलेला विश्वास केवळ लॉटरीचा पैसा मिळताच त्याच्यामध्ये निर्माण होतो. पण असा विश्वास त्याला अहंकारी, गर्विष्ठ किंवा कंजूस बनवू शकतो.

५. सत्तेमुळे आलेला विश्वास

निवडणुकीत जिंकलेल्या काही नेतेमंडळींमध्येही विश्वास संचारतो. केवळ पाच वर्षांची सत्ता मिळालेली असली, तरी त्या सत्तेच्या जोरावर असे लोक अचानक बलवान होतात. स्वतःला शक्तिशाली समजू लागतात. त्यांच्या सत्तेआड येणाऱ्या व्यक्तींना धमकावण्यासाठी किंवा प्रसंगी एखाद्याचा काटा काढण्यासाठी ते गुन्हेगारी जगताशीही हात मिळवतात. पण हा अविवेकी विश्वास कालांतरानं स्वतःलाही जमीनदोस्त करू शकतो, याची जाणीवही त्यांना नसते.

वरील पाच प्रकारे निर्माण होणारा विश्वास हा बाह्य कारणांवर आधारित आहे. अशा प्रकारचा विश्वास हा क्षणभंगुर असतो. विशिष्ट बाह्य घटनांमुळे किंवा तात्कालिक उत्तेजनांमुळे उमटणारे ते विचार म्हणजे केवळ बुडबुडे असतात. काही लोक सत्ता, संपत्ती, पैसा किंवा नावलौकिक असूनही आत्मविश्वासाचा अभाव अनुभवतात. कारण 'मी आज पैशांमुळे, सत्तेमुळे आनंदात आहे. पण उद्या माझी सत्ता संपुष्टात आली किंवा मी कंगाल झालो, तर...' असे विचार त्यांना त्रस्त करतात. परिणामी, मनुष्याच्या आत्मविश्वासाचा डोलारा कोसळू लागतो.

अशा प्रकारे, बाह्य गोष्टींमुळे निर्माण होणारा विश्वास माणसाला फार काळ साथ देत नाही. वय झाल्यावर शरीर साथ देत नाही, बिझनेसमध्ये चढ-उतार झाल्यास पैसा साथ देत नाही, लोकांचं मत बदलल्यास सत्ता साथ देत नाही. मग अशा गोष्टींवर अवलंबून असणारा विश्वासही कालांतरानं दुर्बळ होऊ लागतो.

वास्तविक प्रत्येक मनुष्याच्या अंतर्यामी असणारा विश्वास पूर्णपणे व्यक्त व्हायला हवा. असं जर खरंच घडलं, तर विश्वातील सर्व समस्या नाहीशा होतील... विश्वाच्या कानाकोपऱ्यात आश्चर्यकारक घटना घडल्याच्या सुवार्ता ऐकू येतील. तुम्ही जेव्हा एखाद्या मंदिर, मशीद, चर्च किंवा इतर पवित्र ठिकाणी जाता, तेव्हा तुमच्यातील विश्वास तिथं प्रकट होतो. त्या ठिकाणी मनात सकारात्मक भावना निर्माण होऊन मनःशांतीचा अनुभव

येतो. या अनुभवासाठी लोकांना अशा ठिकाणी पुनःपुन्हा जावंसं वाटतं. परंतु हा विश्वास कसा प्रकट झाला, याचं रहस्य त्यांना समजतच नाही. हे रहस्य उलगडल्यावर मात्र अगदी घरी बसूनही ते विश्वासाची शक्ती आणि मनःशांती अनुभवू शकतात.

एव्हाना तुमच्या लक्षात आलंच असेल, की तुमच्या अंतर्यामी विश्वास आधीपासूनच अस्तित्वात आहे. तो बाहेरून येत नाही, कारण तो तर तुमच्या अंतर्यामीच दडलेला आहे. फक्त तुम्हाला तो प्रकट करायचा आहे, व्यक्त करायचा आहे. 'एखादं कठीण कार्य माझ्या हातून नक्की घडणारच', असा दृढविश्वास असेल तर यश तुमचंच आहे. या दृढविश्वासाने तुमचा जीवनाबद्दलचा दृष्टिकोन निरोगी बनतो आणि जीवन अर्थपूर्ण वाटू लागतं.

तेव्हा आजच तुमचं आत्मबल जागृत करा. 'मी केलेल्या प्रार्थनेचं फळ मिळालं तरच माझा विश्वास वृद्धिंगत होईल', असा विचार करत वेळ वाया दवडू नका. स्वर्गातून पुष्पवृष्टी झाली किंवा दिव्य प्रकाश दर्शन झालं, तरच माझा ईश्वरावर विश्वास बसेल, या भ्रमात मुळीच अडकू नका. कारण तुमच्या आत चिरस्थायी स्वरूपाचा विश्वास आहे... यालाच तर म्हणतात, 'आत्मविश्वास!' यासाठी तुम्ही 'आत्म' म्हणजेच 'स्व'चा शोध घ्या. जेव्हा तुमचा शोध पूर्ण होईल, तेव्हा तुम्ही आत्मविश्वासानं ओतप्रोत भराल. मग आयुष्यात कधी तुमचं शरीर दुर्बल झालं, तुमची सत्ता, संपत्ती नाहीशी झाली तरीही तुम्ही मात्र सदैव आनंदी राहू शकाल. शिवाय इतरांच्या जीवनात आनंद आणण्यासाठी निमित्त बनाल. याउलट बाह्य गोष्टींतून (सिद्धी, ताकद, पैसा, सत्ता, पद-प्रतिष्ठा इत्यादी गोष्टींतून) मिळालेला विश्वास, त्या गोष्टी नष्ट होताच अविश्वासामध्ये बदलू शकतो. परंतु माणसाच्या अंतर्यामीची समज, अनुभव आणि सत्यातून प्राप्त झालेला विश्वास कधीच ढळत नाही. कारण तो असतो, 'तेजविश्वास'!

तेजविश्वास म्हणजे काय

तेजविश्वास म्हणजे विश्वासाचं शिखर! असा दृढविश्वास, जो कोणत्याही कारणावर अवलंबून नसतो. त्यामुळेच तेजविश्वास कधीच नष्ट होत नाही. खरंतर, 'विश्वास-अविश्वास' यांपलीकडे तेजविश्वास असतो. कारण क्षणभंगुर विश्वासामागे असतो केवळ विचार; तर तेजविश्वासाला बळ असतं अनुभवाचं. अनुभव म्हणजे

आपल्या असली अस्तित्वाची अनुभूती... असीम, अमर्याद अवस्था! तेजविश्वास ना शारीरिक बळावर अवलंबून असतो, ना कोणत्याही बाह्य गोष्टीवर! तो केवळ असली अस्तित्वातून उपजलेला असतो. म्हणूनच 'मी कोण आहे' या प्रश्नाचं उत्तर गवसताच, मनुष्य 'तेजविश्वासा'ची दौलत प्राप्त करतो. मग अशा मनुष्यासाठी विश्वातील कोणतंही कार्य अशक्य नसतं. जणू 'अशक्य' हा शब्दच त्याच्या शब्दकोशात नसतो.

> 'एखादं कठीण कार्य माझ्या हातून नक्की घडणारच', असा दृढविश्वास असेल तर यश तुमचंच आहे. या दृढविश्वासाने तुमचा जीवनाबद्दलचा दृष्टिकोन निरोगी बनतो आणि जीवन अर्थपूर्ण वाटू लागतं.

मनन करण्यायोग्य गोष्टी

- विश्वासच मनुष्याला यशाच्या शिखरावर घेऊन जातो. शिवाय त्याची आध्यात्मिक प्रगतीदेखील केवळ विश्वासाच्या बळावरच होऊ शकते.
- शारीरिक ताकद, क्षणिक उत्तेजना, नावलौकिक, प्रसिद्धी, पैसा आणि सत्ता या बाह्य गोष्टींनी मिळालेला विश्वास कधीच कायम टिकणारा नसतो.
- तुमच्या अंतरंगातील विश्वास पूर्णतः प्रकट झालेला असेल, तर तुमचं जीवन प्रेम, आनंद, शांती, समृद्धी अशा दैवी गुणांनी युक्त असायला हवं. पण जर तुम्ही अशा गुणांचा आविष्कार स्वतःच्या जीवनात पाहत नसाल, तर तुम्हाला 'विश्वास' प्रकट करायचा आहे, हे निश्चित समजा.
- 'एखादं कठीण कार्य माझ्या हातून नक्की घडणारच', असा दृढविश्वास असेल तर यश तुमचंच आहे. या दृढविश्वासामुळे तुमचा जीवनाबद्दलचा दृष्टिकोन निरोगी बनतो आणि जीवन अर्थपूर्ण वाटू लागतं.
- विचार करा, मनुष्याच्या जीवनात जर प्रत्येक क्षणी विश्वास झळकू लागला, तर यशाच्या, समृद्धीच्या आणि परिपूर्णतेच्या शिखरावर पोहोचायला त्याला किती बरं वेळ लागेल?

५

जसा विश्वास, तसा परिणाम

प्रेम, आनंद, शांतीचा प्रकाश

एक तुटलेली तार जोडताच खंडित झालेला वीजप्रवाह पुन्हा सुरू होतो, त्याचप्रमाणे विश्वासाची तार जोडताच तुमच्याही आयुष्यात यश, समृद्धी, प्रेम, आनंद, शांती, भक्ती अशा दैवी गुणांचा प्रकाश पसरेल.

जसा तुमचा विश्वास, तसा तुम्हाला लाभणारा परिणाम! ज्या गोष्टींवर तुम्ही विश्वास ठेवता, त्यासंबंधीचे पुरावे तुम्हाला मिळू लागतात. समजा, 'जग खूप सुंदर आहे' यावर तुम्ही दृढविश्वास ठेवलात, तर तुम्हाला या जगातील सर्व सुंदर, मंगल गोष्टींचंच दर्शन घडेल. मग तुमच्या संपर्कात येणारे लोक, तुमच्याशी निश्चितच मैत्रीपूर्व संबंध ठेवतील.

विश्वास बाळगलात तर एका गोष्टीची तुम्हाला लवकरच प्रचीती येईल. ती म्हणजे, 'या जगातील माणसं मला वाटतात, तितकी मुळीच वाईट नाहीयेत.' कदाचित काही लोक इतरांशी वाईट वागतीलही, पण तुमच्याशी मात्र ती चांगलंच वागतील. यामागील एकमेव कारण

म्हणजे, तुमचा दृढविश्वास! या विश्वासामुळेच तुम्ही लोकांच्या अंतर्यामी असणारा चांगुलपणा प्रकट होण्यासाठी निमित्त बनता.

तुमच्यासोबत काही वाईट घडत असेल, तर तुमच्याकडून इतरांना 'तुम्ही माझ्यासोबत वाईट वागलं तरी चालेल' असं प्रोत्साहन दिलं जातंय. यात तुम्हाला 'समोरची व्यक्ती माझ्याशी वाईट वागतेय, यात तिचीच चूक आहे' असं वाटत असतं. पण नाण्याला दोन बाजू असतात, त्याप्रमाणेच कोणत्याही घटनेला दोन बाजू असतात. त्यामुळे समोरच्या व्यक्तीची वर्तणूक वाईट असेल, तर याचाच अर्थ, तुम्हीदेखील त्याला तसं वागण्यासाठी कळत-नकळत प्रोत्साहन देत असता, हे लक्षात घ्यायला हवं. आता हीच बाब एका उदाहरणातून समजून घेऊया.

आपल्या घरातील बल्ब पेटण्यासाठी विजेचं सर्किट पूर्ण व्हावं लागतं, हे सर्वांनाच ठाऊक आहे. बल्ब पेटला याचा अर्थ, सर्किट पूर्ण झालं. आता हीच बाब तुमच्या दैनंदिन जीवनातील घटनांसोबत जोडून पाहा. समजा, तुमच्या जीवनात जेव्हा समस्या, अडचणी सुरू असतात, तेव्हा जणू लाल रंगाचा बल्ब पेटलेला असतो. लाल रंग म्हणजे दुःखाचं प्रतीक मानूया. पण जेव्हा तुम्ही प्रसन्नतेचा, आनंदाचा अनुभव घेता, तेव्हा हिरव्या रंगाचा बल्ब पेटलेला असतो. येथे हिरवा रंग म्हणजे समृद्धीचं, प्रसन्नतेचं प्रतीक होय. आता तुमच्या जीवनात लाल रंगाचा बल्ब पेटणार की हिरव्या रंगाचा, हे सर्वस्वी तुमच्या मनात असणाऱ्या विश्वासावरच अवलंबून आहे. कारण विश्वासाच्या माध्यमातून तुम्ही एक सर्किट पूर्ण करत असता.

असं असेल तर, भक्त आणि ईश्वर या दोहोंमधील वर्तुळ पूर्ण होईल, तेव्हा कसे चमत्कार घडतील बरं! काही लोकांचा ठाम विश्वास असतो, 'जे होतं ते चांगल्यासाठीच!' त्यामुळे त्यांना तसेच पुरावे मिळतात. आपण सर्वेक्षण केलंत, तर या गोष्टीवर विश्वास ठेवणारे किमान ५०% लोक तुम्हाला भेटतील. मग अशा लोकांना कोणत्या तरी रूपात ईश्वराकडून भेटवस्तू मिळते. अर्थात त्यासाठी त्यांचा विश्वासच कारणीभूत असतो.

विश्वास प्रकट होण्यासाठी कधी एखादी व्यक्ती कारणीभूत ठरते, तर कधी एखादी व्यवस्था किंवा तीर्थस्थान! इतिहासात अशी अनेक उदाहरणं आढळतील. कारण कोणतंही असो, ज्याप्रमाणे सर्किट पूर्ण होताच बल्ब पेटतो, त्याचप्रमाणे विश्वासाचं

वर्तुळ पूर्ण होताच आश्चर्यकारक घटना घडू लागतात. ईश्वर तर त्याच्या बाजूनं भरभरून देत असतो, पण मनुष्याचा यावर विश्वास असतो का? ईश्वरावर अविश्वास व्यक्त करून मनुष्य 'सर्किट पूर्ण होण्याच्या प्रक्रियेत' अडथळा निर्माण करतो. मग त्याच्या आयुष्यात दुःखाचं प्रतीक असणारा लाल रंगाचा बल्ब पेटला, तर त्यात नवल ते काय! 'माझ्या आयुष्यात अमुक गोष्ट का होत नाही... तमुक गोष्ट मला का बरं मिळत नाही?' असा तक्रारींचा सूर आळवण्यातच त्याची ऊर्जा खर्च होते. खरंतर अशावेळी मनुष्यानं आत्मपरीक्षण करायला हवं. ईश्वराबरोबर संपर्क साधण्याचं सर्किट, स्वतःच्या बाजूनं पूर्ण होतंय की नाही, हे त्यानं तपासायला हवं.

एकदा एका जत्रेतील वीजपुरवठा अचानक खंडित झाला. त्यामुळे तिथे सर्वत्र काळोख पसरला. पण त्या जत्रेत एक कुशल कर्मचारी होता. त्याला वाटलं, कदाचित एखादी तार तुटून पडली असावी, एखादं लूज कनेक्शन असावं. त्यानं बरीच शोधाशोध केल्यावर त्याला एक तार तुटलेली आढळली. ती तार जोडताच संपूर्ण जत्रा प्रकाशात न्हाऊन निघाली. वीज गेल्याने नाराज झालेल्या बाळगोपाळांच्या चेहऱ्यावर आनंद पसरला. पुन्हा संगीत सुरू झालं, झोपाळे गरगर फिरू लागले, सर्व गोष्टी पुन्हा एकदा सुरू झाल्या. आता या सर्व गोष्टींसाठी त्या कुशल कर्मचाऱ्यानं नेमकं काय केलं बरं? तर त्यानं केवळ एक तुटलेली तार पुन्हा जोडली.

तुम्हालाही त्या कुशल कर्मचाऱ्याप्रमाणे 'लूज कनेक्शन' शोधायचंय. म्हणजेच तुमचा विश्वास डळमळीत तर नाहीये ना, याचा आत्मशोध घ्यायचाय. कारण ईश्वराच्या कृपेचा वर्षाव तुमच्यावर निरंतरतेनं बरसतोय. गरज आहे, ती केवळ अविश्वासरूपी छत्री बाजूला सारण्याची! ज्याप्रमाणे एक तुटलेली तार जोडताच जत्रेत बंद पडलेले कार्यक्रम पुन्हा सुरू झाले, त्याचप्रमाणे विश्वासाची तार जोडताच तुमच्याही आयुष्यात यश, समृद्धी, प्रेम, आनंद, शांती, भक्ती अशा दैवी गुणांचा प्रकाश पसरेल.

जे घडतंय, ते योग्यच!

तुम्ही 'जे घडतंय, ते योग्यच आहे आणि त्यातून उत्तम गोष्टीच निष्पन्न होणार आहेत', यावर विश्वास ठेवलात, तर तुम्हाला तसेच पुरावे मिळतात. मात्र प्रत्येकासाठी 'योग्य-अयोग्य'ची व्याख्या निरनिराळी असते.

जसा तुमचा विश्वास, तसा तुम्हाला लाभणारा परिणाम! ज्या गोष्टींवर तुम्ही विश्वास ठेवता, त्यासंबंधीचे पुरावे तुम्हाला मिळू लागतात.

एका भिकाऱ्याच्या ताटलीत लोक दहा-दहा पैसे टाकत होते. मग एखाद्यानं त्यात पंचवीस पैसे टाकले, तर ते त्याच्यासाठी 'उत्तम' आहे, कारण त्याला थोडे जास्त पैसे मिळाले. समजा, एखाद्यानं चक्क पाच रुपयाची नोट टाकली तर ते त्याच्यासाठी 'अतिउत्तम' असेल.

अगदी त्याचप्रमाणे एखाद्या मनुष्यासाठी 'सुखसोयी प्राप्त करणं' ही उत्तम बाब असते, तर कोणासाठी 'पद-प्रतिष्ठा लाभणं'! पण तुम्हाला मात्र 'ईश्वरप्राप्ती' हीच बाब सर्वोत्तम मानायची आहे. कारण जेव्हा तुम्ही ईश्वराकडे 'मला आता ईश्वरच हवाय, त्याशिवाय अन्य काही नकोच' अशी प्रार्थना करता, तेव्हा सुख-सुविधा, पद-प्रतिष्ठा अशा गोष्टी 'बोनस'रूपात तुमच्या आयुष्यात येतात. कारण तुम्ही जेव्हा उच्च गोष्टींसाठी प्रार्थना करता, तेव्हा तुमच्या अंतर्यामी असणारा विश्वास प्रकट होत असतो. विश्वास जेव्हा तुमच्या भाव, विचार, वाणी आणि क्रिया यांद्वारे प्रकट होतो, तेव्हा तुम्हाला निश्चितच ईश्वरप्राप्ती होते.

मनन करण्यायोग्य गोष्टी

- तुम्ही जसा विश्वास ठेवाल, तसेच पुरावे तुम्हाला मिळतात.
- तुमच्यासोबत इतर लोक चांगले किंवा वाईट वागत असतील तर त्यासाठी तुम्हीच जबाबदार आहात.
- विश्वास प्रकट होण्यासाठी कधी एखादी व्यक्ती कारणीभूत ठरते, तर कधी एखादी व्यवस्था किंवा तीर्थस्थान!
- जेव्हा तुम्ही ईश्वराकडे 'मला आता ईश्वरच हवाय, त्याशिवाय अन्य काही नकोच' अशी प्रार्थना करता, तेव्हा सुख-सुविधा, पद-प्रतिष्ठा अशा गोष्टी 'बोनस'रूपात तुमच्या आयुष्यात येतात. कारण तुम्ही जेव्हा उच्च गोष्टींसाठी प्रार्थना करता, तेव्हा तुमच्या अंतर्यामी असणारा विश्वास प्रकट होत असतो.
- 'जग खूप सुंदर आहे' यावर तुम्ही दृढविश्वास ठेवलात, तर तुम्हाला या जगातील सर्व सुंदर, मंगल गोष्टींचंच दर्शन घडेल.

६

विश्वासाच्या शिखरावर पोहोचा

संकटकाळात होते विश्वासाची पारख

जीवनात विश्वासाची पारख होण्यासाठी ईश्वर तुम्हाला संदेश पाठवत असतो. हे संदेश ओळखण्याची आणि विश्वासाची शक्ती पारखण्याची नजर तुमच्याकडे असायला हवी.

एक शिष्य त्याच्या गुरूंना म्हणाला, ''मी ज्ञान ग्रहण करण्यासाठी तयार आहे. माझी आपल्यावर ठाम श्रद्धा आहे. मी आपली सर्व प्रवचनं ऐकली आहेत. त्यामुळे मी खूप प्रभावितही झालोय. आता मला पक्का विश्वास आहे, की केवळ श्रवणानेच सत्याची प्राप्ती होऊ शकते. सत्यप्राप्तीसाठी आपण जी काही आज्ञा द्याल, ती पाळण्यासाठी मी तयार आहे.'' शिष्याच्या या बोलण्यावर गुरुजी म्हणाले, ''ठीक आहे. मग एक काम कर. तुझ्याकडे असणारं एक पुस्तक जाळून टाक. कारण त्यामुळे तू संभ्रमित होऊ शकतोस.'' हे ऐकताच तो शिष्य हादरला. त्यानंतर तो गुरूंना भेटण्यासाठी पुन्हा कधी

गेलाच नाही. त्याआधी मात्र तो फुशारक्या मारत होता, ''माझा तुमच्यावर पूर्ण विश्वास आहे, मला ज्ञान द्या.'' तमोगुणी (आळशी) माणसाचा विश्वास अशा प्रकारचा असतो. असा मनुष्य स्वतःच्या सोयीनुसार विश्वास ठेवत असतो.

उपरोल्लिखित उदाहरणातून हेच समजतं, की मनुष्यानं आसक्तीतून मुक्त व्हावं, यासाठीच गुरू त्याला आज्ञा देतात. शिवाय, प्रत्येकाचा स्वभाव भिन्न असल्याने समोरील शिष्य कोणत्या चुकीच्या सवयीचा किंवा वृत्तीचा गुलाम आहे, हे गुरू ओळखून असतात. त्यामुळेच ते प्रत्येक शिष्याला वेगवेगळी आज्ञा देऊ शकतात. ते एखाद्या शिष्याला पुस्तक जाळायला सांगतील, तर इतरांना पुस्तक वाचण्याची आज्ञा देतील.

विश्वासाची पारख

विश्वासाची पारख कशी करावी, यासाठी इथं एका मनुष्याचं उदाहरण देण्यात आलंय. या माणसाचा विश्वास केवळ शब्दांपुरताच मर्यादित होता. पाहूया कसं ते...

एक डोंबारी होता. तो विविध प्रकारच्या कसरती आणि धोकादायक खेळ करून लोकांचं मनोरंजन करायचा. आपल्या कलेच्या या प्रदर्शनातून तो पोटही भरायचा. त्या डोंबाऱ्याचा एक जवळचा मित्र होता. त्या डोंबाऱ्यानं एखादा धोकादायक क्रीडाप्रकार सुरू करताच लोक त्या मित्राला येऊन सांगायचे, 'बघ, तुझा मित्र इतक्या उंचीवरून दोरीवर चालतोय,' तेव्हा तो मित्र त्या लोकांना आश्वासन द्यायचा, 'हो, मला माहीतेय. तो असं चालू शकतो यावर माझा पूर्ण विश्वास आहे.' मग डोंबाऱ्यानं तो खेळ यशस्विरीत्या पूर्ण करून दाखवल्यावर मित्राची छाती फुगायची. तो गर्वानं लोकांना म्हणायचा, 'बघा, मला ठाऊक होतं, असं होणार! मला त्याच्याबद्दल ठाम विश्वास होता.'

काही काळानं डोंबाऱ्याच्या मित्राला वार्ता समजली, 'तुझा मित्र यावेळी दोन उंच इमारतींच्या मध्ये दोरी बांधून त्यावर चालणार आहे.' तेव्हाही त्या मित्रानं तसंच उत्तर दिलं, 'हो, तो नक्कीच चालू शकतो. माझा त्याच्यावर पूर्ण विश्वास आहे.' डोंबाऱ्याचा खेळ अगदी व्यवस्थितरीत्या पूर्ण झाला. मग तो मित्र लोकांना सांगू लागला, 'माझा त्याच्यावर पूर्ण भरवसा होता.' तिथंही त्या मित्राला डोंबाऱ्याबद्दल पूर्ण विश्वास होता. त्यावेळी त्याच्या मनात डोंबाऱ्याबद्दल यत्किंचितही शंका नव्हती. पण त्याचा हा विश्वास किती दृढ आहे, हे कालांतरानं घडलेल्या घटनेतून दिसलंच...

काही दिवसांनी काही लोक डोंबाऱ्याच्या मित्राला सांगू लागले, 'आता तुझा मित्र दोन डोंगरांमध्ये दोरी बांधून त्यावर चालणार आहे.' तेव्हाही त्यानं 'माझा त्याच्यावर पूर्ण विश्वास आहे' असंच उत्तर दिलं. यावेळीही डोंबाऱ्यानं स्वतःच्या कौशल्यानं ते कार्य पूर्णपणे पार पाडलं.

पुढे त्या मित्राला खबर मिळाली, 'आता तुझा मित्र एका माणसाला पाठीवर बसवून दोरीवर चालणार आहे.' मित्र नेहमीप्रमाणेच सांगू लागला, 'हो, तो तसं नक्कीच करू शकतो, यावर माझा पूर्ण विश्वास आहे.' पण थोड्याच वेळात एक बातमी आली, की त्या डोंबाऱ्याच्या पाठीवर बसण्यासाठी एकही मनुष्य तयार नाहीये. आता लोक त्या मित्राला म्हणाले, 'तुझा, तुझ्या मित्रावर, त्याच्या कौशल्यावर पूर्ण विश्वास आहे ना? मग तूच त्याच्या पाठीवर का बरं बसत नाहीस?' आता मात्र मित्राचा विश्वास डळमळला. 'मी मुळीच त्याच्या पाठीवर बसणार नाही,' असं म्हणून त्यानं तिथून काढता पाय घेतला. आता झाली ना, त्याच्या विश्वासाची खरी पारख!

'व्यसने मित्रपरीक्षा' असं एक वचन आहे. म्हणजेच, खऱ्या मित्राच्या विश्वासाची पारख संकटकाळातच होते. जो विश्वास, बाह्य कारणांवर अवलंबून असतो, जो परिस्थितीनुसार बदलतो, तो कधीच 'दृढविश्वासा'त रूपांतरित होऊ शकत नाही. जसं, पाणी १०० डिग्रीपर्यंत उकळताच त्याचं वाफेत रूपांतरण होतं. म्हणजेच, तापमान जेव्हा एका विशिष्ट पातळीपेक्षा वाढतं, तेव्हाच पाण्याचं रूपांतरण वाफेत होतं. अगदी त्याचप्रमाणे, विश्वास जेव्हा शिखरापर्यंत पोहोचतो, तेव्हा आपल्या जीवनात रूपांतरण सुरू होतं. जणू चमत्कारच घडू लागतात.

प्रत्येक घटना म्हणजे विश्वास प्रकटण्याची संधी

तुमचा विश्वास प्रकट होतोय की दबून राहतोय, हे आजमावण्याची संधी तुम्हाला प्रत्येक घटनेत मिळत असते. तुम्हाला कोणत्या लोकांसोबत राहायला आवडतं? ज्यांच्यात आत्मविश्वासाचा अभाव आहे, की जे आत्मविश्वासाने ओतप्रोत भरलेले असतात? खरंतर जे आत्मविश्वासाने ओतप्रोत भरलेले असतात, अशाच लोकांच्या संपर्कात तुम्ही राहू इच्छिता. परिणामी, तुम्हाला एक प्रकारची सुरक्षितता जाणवू लागते. या 'विश्वासी' लोकांमुळे आपण कधीच दुःखी होणार नाही, असं तुम्हाला वाटतं. पण

> जो विश्वास, बाह्य कारणांवर अवलंबून असतो, जो परिस्थितीनुसार बदलतो, तो कधीच 'दृढविश्वासा'त रूपांतरित होऊ शकत नाही.

हाच विचार एकदा स्वतःबद्दल करून पाहा, 'मी स्वतः विश्वासानं ओतप्रोत भरलोय का? माझ्यात इतका आत्मविश्वास आहे का, जेणेकरून इतर लोक माझ्यासोबत राहण्यासाठी उत्सुक असतात?'

समजा, काही विशिष्ट घटनांमुळे तुमचा विश्वास डळमळीत होत असेल, तर तुम्हाला आत्मविश्वास वृद्धिंगत करण्यासाठी खूप कार्य करायचंय, हे निश्चित!

मनन करण्यायोग्य गोष्टी

- जो विश्वास, बाह्य कारणांवर अवलंबून असतो, जो परिस्थितीनुसार बदलतो, तो कधीच 'दृढविश्वासा'त रूपांतरित होऊ शकत नाही.

- विश्वास जेव्हा शिखरापर्यंत पोहोचतो, तेव्हा आपल्या जीवनात रूपांतरण सुरू होतं. जणू चमत्कारच घडू लागतात.

- शिष्य कोणत्या चुकीच्या सवयीचा किंवा वृत्तीचा गुलाम आहे, हे गुरू ओळखून असतात. त्यामुळेच ते प्रत्येक शिष्याला वेगवेगळी आज्ञा देतात.

- आयुष्यात घडणारी प्रत्येक घटना, म्हणजे तुमच्या अंतर्यामीचा विश्वास प्रत्यक्ष प्रकट करण्यासाठीची एक मौल्यवान संधी आहे.

- काही विशिष्ट घटनांमुळे तुमचा विश्वास डळमळीत होत असेल, तर तुम्हाला आत्मविश्वास वृद्धिंगत करण्यासाठी खूप कार्य करायचंय, हे निश्चित!

७

आत्मविश्वास-अहंकारातील फरक

स्वतःचा आदर करा

माणसानं स्वतःचा आदर करायला सुरुवात करताच आपोआप तो इतरांचाही आदर करू लागतो.

'**आ**त्मविश्वास आणि अहंकार', हे दोन शब्द आपण अनेकदा ऐकतो, पण या दोन्हीत फार मोठा फरक आहे. आत्मविश्वास म्हणजे स्वतःवरील विश्वास तर अहंकार म्हणजे घमेंड, गर्व. या दोन्ही शब्दांच्या अर्थातही फरक आहे, जो तुम्ही समजून घ्यायला हवा. अन्यथा काही लोकांची, 'माणसाला स्वतःबद्दलचा अभिमान, आत्मगौरव असू नये', अशी चुकीची समजूत असते. त्यामुळेच ते सतत 'मी क्षुद्र, तुच्छ आहे', असा दुबळा विचार करतात आणि अज्ञानाच्या खाईत खोलवर ढकलले जातात. पण वस्तुस्थिती नेमकी याच्या विरुद्ध असते. जिथं अहंकार, तुच्छता, क्षुद्रता, आत्महीनता या

सर्व गोष्टी नष्ट होतात, तिथंच आत्मविश्वासाचं दर्शन घडतं.

आत्मविश्वास आणि आत्मबळ असणारा माणूस नेहमी योग्य पाऊल उचलतो. अगदी भोजन करतानाही तो स्वतःला पचेल, त्रास होणार नाही इतकंच अन्न खातो. याउलट अहंकारी माणूस, चारचौघांत मिरवण्यासाठी गरजेपेक्षा जास्त खातो. कारण त्याला इतरांसमोर फुशारकी मारण्यातच धन्यता वाटते. त्याच्या ताटात इतरांपेक्षा दोन गुलाबजाम जास्त असले, तर त्याला वाटतं, 'मी म्हणजे व्ही. आय. पी... इतरांहून श्रेष्ठ!' अशा वेळी केवळ स्वतःचं मोठेपण सिद्ध करण्यासाठी तो गरजेपेक्षा जास्त खातो. मग पोट बिघडलं तरी बेहत्तर... थोडक्यात, अशा माणसाला स्वाभिमान नसून अहंकार, गर्व असतो. अशी अहंकारी माणसं, केवळ बडेजाव करण्यासाठी स्वतःचं नुकसानही सोसतात. या अहंकाराचं आणखी एक उदाहरण पाहूया.

एकदा एक बडा नेता सरकारी कार्यालयात काही कामानिमित्त गेला. तिथल्या कर्मचाऱ्यानं त्यांना काही वेळ थांबायला सांगितलं. त्यामुळे त्या नेत्याला राग आला, त्याचा अहंकार दुखावला गेला. तो कर्मचाऱ्याला म्हणाला, 'मी किती मोठा नेता आहे, हे तुला माहीत नाही का?' त्यावर कर्मचारी उत्तरला, 'असं असेल तर तुम्ही दोन खुर्च्यांवर बसा ना...'

माणसाचा अहंकार कसा दुखावला जातो, हे आपल्याला या विनोदातून दिसून येतं. खरंतर कोणत्याही व्यक्तीला बसण्यासाठी एकच खुर्ची पुरेशी असते. पण स्वतःचा मोठेपणा दाखवण्यासाठी, तो अहंकारी मनुष्य प्रसंगी दोन खुर्च्यांची मागणीही करू शकतो.

अहंकाराचा अर्थ आणि आदराचं महत्त्व

अहंकाराचा मूळ अर्थ होतो, स्वतःला इतरांपेक्षा वेगळं समजणं. अहंकारी माणसाला स्वतःमध्ये इतरांपेक्षा वेगळी वैशिष्ट्यं असल्यासारखं वाटत असतं, अगदी वस्तुस्थिती तशी नसली तरीही... मग असे लोक स्वतःला इतरांहून श्रेष्ठ मानू लागतात. इतरांनी आपल्या धाकात राहावं, आपला नेहमी आदर करावा अशी त्यांची अपेक्षा असते. 'मी सांगेन तीच पूर्वदिशा', अशा थाटात ही माणसं वागतात. हा अहंकार प्रत्येक माणसाकडे मुळातच असतो. कोणी कुटुंबात आपलं वर्चस्व गाजवतं, कोणी

ऑफिसमध्ये, तर कोणी सार्वजनिक ठिकाणी... अशा वेळी त्या अहंकारी मनुष्याला सांगायला हवं, 'तू स्वतःला इतरांपेक्षा वेगळा समजत असशील पण इतरांचा तिरस्कार मात्र करू नकोस. कारण त्यामुळे तू अज्ञानाच्या नरकात जाशील. तू स्वतःला त्यांच्यापेक्षा श्रेष्ठ मानत असशील तरी त्यांना कमी लेखू नकोस, अन्यथा तूच ईर्षा आणि क्रोधाच्या अग्नीत भस्मसात होशील. या अहंकारावर मात करायचीच असेल, तर त्यासाठी सर्वप्रथम स्वतःचा आदर करायला शिक.'

बरेचसे लोक स्वतःचं महत्त्व अधोरेखित करतात. पण जर त्यांनी योग्य प्रमाणात 'आत्मसन्मान' जोपासला, तर ते लवकरात लवकर सत्य जाणून घेण्याचा प्रयत्न करतील, हे निश्चित. आत्मविश्वासाची सुरुवात नेहमी स्वतःला आदर देण्यापासून होते, हे लक्षात ठेवा.

प्रथम स्वतःचा आदर करा

माणसानं स्वतःचा आदर करायला सुरुवात केली, की आपोआपच तो इतरांचाही आदर करू लागतो. सुरुवातीला त्याला हे थोडंसं जड जातं आणि त्याचा अहंकारही लगेच गळून पडत नाही. शिवाय, खऱ्या 'स्व'रूपाविषयीदेखील तो जाणत नाही. पण त्याला स्वतःचा आदर वाटत असेल तर काही चांगल्या, योग्य गोष्टींपासून त्यानं सुरुवात करायला हवी. जसं, 'मी चांगलं शिक्षण घ्यायला हवं... मी योग्य माणसांबरोबर ऊठबस करायला हवी. कारण मला जगातील सर्वोत्तम गोष्टींचा आनंद घ्यायचाय...' पण इथे थोडं सावध व्हा. कारण यात एक अशी सूक्ष्म सीमारेषा आहे, जिच्यामुळे तुमचा आत्मसन्मान 'अहंकारा'त बदलण्याची शक्यता असते. कधी-कधी इतरांना आदर देताना समोरच्या व्यक्तीनं तुम्हाला दुखावलं तर तिचा राग येऊ शकतो. मग त्या व्यक्तीबद्दल तुम्ही तिरस्काराची भावना बाळगता. वास्तविक, तुमचा अहंकार दुखावल्यानं अशी नकारात्मक भावना मनात जागृत होते. तुम्ही चिडून म्हणता, 'सध्या आदर जरा बाजूला राहू दे, आधी मी त्याला धडा शिकवतो.' असा धोकाही तिथं संभवतो. अशावेळी तुमचा आदर सीमारेषा पार करून अहंकारात कधी बदलला, याचा थांगही तुम्हाला लागत नाही.

कधी-कधी एखादा माणूस जेव्हा, 'अहंकार कधीही बाळगू नये', असं ऐकतो,

तेव्हा तो स्वतःबद्दल असणारा आदरही कमी करतो. पण अशावेळी त्याला समजवायला हवं, 'तू स्वतःबद्दलचा आदर कमी करू नकोस, कारण तोच पुढे आत्मसाक्षात्काराच्या वेळी उपयोगी पडणार आहे. तू ना कुणापेक्षा कनिष्ठ आहेस, ना श्रेष्ठ! तू जो कोणी आहेस, जसा आहेस, तसाच स्वतःला आदर द्यायला सुरुवात कर. हा आदर बाळगल्यानेच तू सत्याच्या निकट जाशील.' अशाप्रकारे, जो माणूस स्वतःचा आदर करतो, तोच सत्याच्या दिशेनं वाटचाल करू लागतो. याउलट ज्याला स्वतःबद्दल अनादर वाटत असतो, तो मोहमायेतच अडकतो. मग असा माणूस स्वतःला अधःपतनाच्या दिशेनं नेतो; मद्यपान, व्यसनं, लोभ, पैशाची अतिहाव यांच्या जंजाळात फसतो.

खरंतर प्रत्येक मनुष्यानं 'आत्मसन्मान' बाळगायला हवा. आत्मसन्मान (सेल्फ रिस्पेक्ट) याचा अर्थ होतो, 'स्वाभिमान, आत्मगौरव (सेल्फ इस्टीम)'. हे दोन्ही शब्द वरकरणी सारखे दिसत असले, तरी त्यात एक सूक्ष्मरेषा आहे. तेजज्ञान फाउंडेशनच्या आणि वॉव पब्लिशिंग्जच्या पुस्तकांमध्येही सांगितलं जातं, 'तेजस्वार्थी व्हा!' आता यात 'स्वार्थी' म्हणजेच अप्पलपोटी किंवा अहंकारी, हा अर्थ अभिप्रेत नाही. तर या शब्दाचा खरा अर्थ होतो, 'जो 'स्व'चा अर्थ जाणतो, तो तेजस्वार्थी.'

म्हणून तुम्हाला खरा अर्थ समजण्यासाठी वेगवेगळे शब्द वापरले जातात. आज तुम्हाला आजच्या लोकभाषेत हे ज्ञान दिलं जातंय. त्यातून एक गोष्ट सखोलतेनं जाणून घ्यायची आहे, की प्रत्येक माणसामध्ये अहंकार मूलतः असतोच. परंतु जोपर्यंत हा अहंकार नष्ट होत नाही, तोपर्यंत त्याला आत्मसाक्षात्कार होत नाही. म्हणूनच त्यानं अहंकाराचाही स्वीकार करायला हवा. तुमच्या अंतर्यामीचा अहंकार विलीन करायचा असेल, तर आधी तो स्वीकारायला हवा. 'आज तरी मी अहंकारातून पूर्णतः मुक्त झालेलो नाहीये', हा प्रामाणिकपणा खूपच महत्त्वाचा असतो. कारण स्वतःमध्ये अहंकार असल्याचं मान्य केल्यावर, 'हा अहंकार गळून पडण्यासाठी मला आता कोणतं ज्ञान आत्मसात करायचं आहे' यावर तुम्ही मनन करू लागाल. मग तिरस्कार, घृणा यांसारख्या भावना तुमचा अहंकार नष्ट करण्यात मदत करू शकणार नाहीत, तर तिथं उपयोगी पडेल तो 'आदर' अर्थातच 'आत्मसन्मान'! अहंकार नष्ट करण्यासाठी 'आत्मसन्माना'ची भावनाच तुमची मदत करेल. मग शरीराला त्रासदायक ठरणाऱ्या गोष्टीतून हळूहळू तुम्ही मुक्त व्हाल. तुम्ही गरजेपेक्षा अधिक खाणार नाही. लक्षात घ्या, ज्यांना स्वतःबद्दल

'केवळ ईश्वरच (सत्य) आहे, त्याशिवाय इतर काहीही नाही' यावर दृढ विश्वास ठेवा.

आदर नसतो, तेच गरजेपेक्षा अधिक खातात. मग असे लोक केवळ खाण्यासाठीच जगतात. खरंतर जीवन मौल्यवान असतं, पण अहंकारी लोक अतिखाण्याच्या हव्यासापायी आरोग्याची हेळसांड करतात. म्हणून तुम्ही स्वतःला योग्य प्रकारे आदर द्यायला शिका. हा स्वाभिमान, आत्मगौरव (सेल्फ इस्टीम) म्हणजेच तुमचा खरा आधार असतो. या आदरामुळेच तुम्ही तेजसत्याच्या अधिक निकट जाऊ लागता.

मनन करण्यायोग्य गोष्टी

- अहंकाराचा मूळ अर्थ होतो, स्वतःला इतरांपेक्षा वेगळं समजणं.
- बरेचसे लोक स्वतःचं महत्त्व अधोरेखित करतात. पण जर त्यांनी योग्य प्रमाणात 'आत्मसन्मान' जोपासला, तर ते लवकरात लवकर सत्य जाणून घेण्याचा प्रयत्न करतील, हे निश्चित.
- स्वतःमध्ये अहंकार असल्याचं मान्य केल्यावर, 'हा अहंकार गळून पडण्यासाठी मला आता कोणतं ज्ञान आत्मसात करायला हवं' यावर तुम्ही मनन करू लागाल.
- अहंकार नष्ट करण्यासाठी 'आत्मसन्माना'ची भावनाच तुमची मदत करेल.
- माणसानं स्वतःचा आदर करायला सुरुवात केली, की आपोआपच तो इतरांचाही आदर करू लागतो.

८

स्वतःला ओळखा

अथक प्रयत्न म्हणजे यशप्राप्तीचा राजमार्ग

तुम्ही गुरूंवर १०० टक्के विश्वास ठेवायला हवा, कारण गुरूच तुम्हाला स्वतःवर १०० टक्के विश्वास कसा ठेवायचा हे शिकवतात.

एका माणसानं रात्री एक स्वप्न पाहिलं, त्यामध्ये त्याला एक विलक्षण सुंदर चेहरा दिसला. त्याला तो चेहरा खूपच आवडला. सकाळ झाल्यावर तो विचार करू लागला, 'ज्या मनुष्याचा सुंदर चेहरा मला स्वप्नात दिसला, त्याला मी नक्कीच भेटेन. त्याशिवाय मला मुळीच चैन पडणार नाही...' तो मनुष्य जणू त्या चेहऱ्याच्या प्रेमातच पडला आणि चेहऱ्याच्या शोधार्थ गावोगाव फिरू लागला, मार्गात भेटणाऱ्या प्रत्येकाचा चेहरा न्याहाळू लागला. पण त्यानं स्वप्नात जो चेहरा पाहिला होता, तो मात्र त्याला कुठेच दिसला नाही. तो इतर लोकांना त्या चेहऱ्याचं वर्णन करून चौकशी करू लागला, 'असा चेहरा तुम्ही कुठे पाहिलाय का?' पण त्या चेहऱ्याची व्याख्या त्याला

शब्दांत करता येईना आणि गंमत म्हणजे त्याकाळी आरशांचा शोध लागलेला नव्हता. परिणामी, त्या माणसानं स्वतःचा चेहराही कधी पाहिला नव्हता.

शेवटी, शोध घेत तो दूर डोंगराजवळच्या एका गावात येऊन पोहोचला. तिथंही त्यानं चौकशी केली. परंतु लोकांनी त्याला सांगितलं, 'तू सांगतोस तसा चेहरा आमच्या तरी पाहण्यात आलेला नाही. पण या डोंगरावर एका गुरुजींचा आश्रम आहे. तू तिथं गेलास, तर तुला त्या चेहऱ्याबद्दल काही माहिती मिळू शकेल. पण एक गोष्ट लक्षात ठेव, तुझ्याआधीही काही लोक असे विचित्र प्रश्न घेऊन गुरुजींकडे गेले होते. काही दिवस ते गुरुजींच्या सहवासात राहिले देखील; पण त्यानंतर मात्र त्यातील काहीजण थोड्याच दिवसांत पळून गेले. शिवाय, असेही काही लोक होते, ज्यांनी गुरुजींचं शिष्यत्व पत्करलं आणि काही दिवसांतच त्यांच्या सर्व शंकांचं समाधान झालं. थोडक्यात, काही प्रामाणिक शिष्यच आनंदानं, समाधानानं परतले.' यावर तो माणूस उत्तरला, 'मला स्वप्नात दिसलेला चेहरा खूपच सुंदर होता. म्हणून मला त्या चेहऱ्याचं प्रत्यक्ष दर्शन घ्यायचंय. त्यासाठी मी कोणतीही परीक्षा द्यायला तयार आहे आणि मला त्या गुरुजींनाही भेटायचं आहे.'

त्यानंतर तो डोंगरावर गेला. आश्रमात वास्तव्य करणाऱ्या गुरुजींना भेटला. त्यानं गुरुजींना सर्व हकीगत सांगितली. ती ऐकल्यावर गुरुजी म्हणाले, ''तुला त्या चेहऱ्याचा शोध घ्यायचा असेल, तर या आश्रमात राहावं लागेल. इथली कष्टाची कामंही तुला करावी लागतील. सांगितलेली सर्व सेवाकार्यं पूर्ण करावी लागतील. प्रसंगी मोठेमोठे दगड उचलून आणावे लागतील. सुंदर मूर्त्या बनवाव्या लागतील. काही दगड घासून गुळगुळीत करावे लागतील.''

''मी यासाठी तयार आहे गुरुजी! मी सर्व प्रकारच्या सेवेसाठी नेहमी तत्पर असेन.'' शिष्य उत्तरला.

त्या मनुष्याचं होकारात्मक उत्तर ऐकून गुरुजींनी त्याला दगड घासण्याचं काम दिलं. तो मनुष्य दररोज दगड घासून, गुरुजींना दाखवायचा. पण गुरुजी त्याला म्हणायचे, 'अरे, एवढंच पुरेसं नाहीये, आणखी घास.' पुन्हा दुसऱ्या दिवशी तो सारी कामं आटोपून दगड घासत बसायचा. पण गुरुजी मात्र त्याला दगड आणखी घासण्याचीच आज्ञा देत होते. काही दिवसांनी मात्र त्या मनुष्याच्या मनात निराशेचे विचार येऊ लागले, 'मी केवळ दगड घासण्यासाठीच इथवर आलोय का... अखेर गुरुजी माझी कुठवर परीक्षा पाहणारआहेत, देव जाणे!' कधी कधी तर त्याचं मन बंड करून उठायचं, 'का बरं येथे

वेड्यासारखा राबतोयस? त्यापेक्षा घरी जाऊन सुखासमाधानात राहा.' पण अशा वेळी त्याला स्वप्नात दिसणारा चेहरा आठवायचा आणि तो चेहरा पाहण्याची त्याची इच्छा पुन्हा उफाळून यायची. एकदा त्यानं गुरुजींना प्रश्न विचारण्याचं धारिष्ट्य केलं, 'गुरुजी, मी इतके दिवस दगड घासण्याचं काम करतोय, पण यामुळे नेमकं काय साध्य होईल बरं? आपण दिलेल्या या आज्ञेचा सत्याशी नेमका काय संबंध आहे?' यावर गुरुजी नाराज होऊन म्हणाले, 'पुन्हा असा प्रश्न विचारलास, तर मी तुला या आश्रमातून हाकलून देईन.' आता नाइलाजास्तव तो परत दगड घासू लागला.

एके दिवशी त्यानं नेहमीप्रमाणे दगड घासण्याच्या कामाला सुरुवात केली. आता दगड घासून-घासून इतका गुळगुळीत झाला होता, की तो जणू आरशासारखाच दिसत होता आणि काय आश्चर्य! अचानक त्या आरशात त्याला स्वतःचाच चेहरा दिसू लागला. हा तोच चेहरा होता, जो त्याला स्वप्नात दिसायचा. तो अत्यानंदानं गुरुजींकडे धावत गेला आणि म्हणाला, 'गुरुजी, इतकी वर्षे मी जो चेहरा शोधत होतो, तो मला या दगडात दिसला!' त्यावर गुरुजींनी अतिशय आश्चर्यकारक उत्तर दिलं, 'तुला स्वप्नात दिसणारा चेहरा इतर कोणाचा नसून तो तुझाच आहे, हे तर मला आधीच ज्ञात होतं.'

ही एक प्रतीकात्मक गोष्ट आहे. येथे मनुष्याचा 'बाह्य चेहरा' अपेक्षित नसून त्याचा खरा चेहरा म्हणजेच 'स्व'ची ओळख अभिप्रेत आहे. 'मी कोण आहे', हे स्व-अनुभवातून जाणणं यालाच 'अंतिम सत्य' म्हटलं आहे. आरशात पाहिल्यावर तुम्हाला दिसतो, तो तुमचा खरा चेहरा नसतोच मुळी, ते तर तुमच्या शरीराचं एक अंग असतं. खरा चेहरा तर तुमच्या अंतरंगात असतो, जो पाहण्याची सर्वांना आस असते. प्रत्येक मनुष्य त्यासाठी तळमळत असतो. पण या खऱ्या चेहऱ्याची व्याख्या नेमकी कशी करणार? म्हणूनच या खऱ्या चेहऱ्याबद्दल समजून सांगण्यासाठी येथे बाह्य चेहऱ्याची प्रतीकात्मक गोष्ट सांगितली आहे.

या कथेतील मनुष्य त्याला स्वप्नात दिसणारा चेहरा बाहेर सर्वत्र शोधत होता. पण जेव्हा तो गुरूंच्या संपर्कात आला, तेव्हा त्याला सत्याची प्रचीती आली. थोडक्यात, 'सत्य माझ्याच अंतर्यामी आहे', हे त्याच्या लक्षात आलं. सत्य म्हणजे 'स्व-अनुभव' अर्थातच परमानंदाची अवस्था! मनुष्य हा सर्वोच्च आनंद प्राप्त करण्यासाठी संसारातील आकर्षणांमागे धावू लागतो. मोहमायेच्या जंजाळात असा काही अडकतो, की त्याला स्वतःच्या असली चेहऱ्याचं (सत्य 'स्व'रूपाचं) विस्मरण घडतं. केवळ गुरूंवर विश्वास ठेवल्याने आणि सत्य श्रवण केल्यानेच तुम्हाला तुमची मूळ ओळख पटू शकते. मग त्यासाठी मोहमायेत भटकण्याची काहीच गरज राहत नाही. गुरूच तुमच्या मनात दुर्दम्य

आशावाद जागवतात. तेच तुम्हाला आत्मविश्वासाची संजीवनी बहाल करतात. गुरू म्हणजे साक्षात असा आरसा, ज्यात मनुष्याला त्याचं खरं प्रतिबिंब स्पष्ट दिसू लागतं. कारण केवळ गुरूंनी केलेल्या उपदेशामुळेच जीवनाचा अर्थ स्पष्ट होतो. नियती कशा प्रकारे काम करते, याचं रहस्यही गुरूंच्या संपर्कातच उमगतं आणि 'मी कोण आहे' या प्रश्नाचं उत्तरही गुरुकृपेनेच लाभतं. गुर्वाज्ञेचं पालन केल्यास विश्वातील सर्वांत मोठी शक्ती मनुष्याला प्राप्त होते. ती म्हणजे, 'आत्मविश्वास'! तुम्ही जेव्हा गुरूंच्या सान्निध्यात स्वतःचं खरं रूप अनुभवाने जाणता, तेव्हा 'आत्मविश्वास' हाच तुमच्या भात्यातील सर्वांत शक्तिशाली बाण ठरतो.

गुरूंवर ठेवाल विश्वास तर प्राप्त कराल 'आत्मविश्वास'!

काही लोकांच्या मनात एक शंका असते, 'गुरूंना पूर्णतः शरण जाणं खरंच योग्य आहे का? गुरूंवरच शंभर टक्के विश्वास ठेवायला हवा की स्वतःवरही विश्वास ठेवायला हवा?' आता हा विषय नीट समजून घ्यायला हवा. कारण 'गुरूंवर शंभर टक्के विश्वास ठेवा', या विधानाचा अर्थ 'तुम्ही स्वतःवर विश्वास ठेवू नका' असा मुळीच होत नाही. कारण मनुष्य एकाचवेळी अनेकांवर विश्वास ठेवतो. तो जसा स्वतःवर विश्वास ठेवतो तसाच स्वतःच्या आई-वडिलांवर, भावंडांवर, मित्रांवरही त्याचा विश्वास असतोच ना? अगदी त्याचप्रमाणे, तो गुरूंवरही पूर्ण विश्वास ठेवू शकतो. कारण गुरूच त्याला 'तू स्वतःवर विश्वास ठेवायला शिक', ही महत्त्वाची शिकवण देतात. लक्षात घ्या, गुरू म्हणजे तुमचंच प्रतिबिंब! गुरूंची इच्छा असते, की शिष्यानं आत्मविश्वासाच्या शिखरावर पोहोचायला हवं. खरंतर शिष्याचा स्वतःवर विश्वास नसल्यानेच त्याच्या जीवनात गुरूंचं आगमन होतं. पण जेव्हा शिष्याला थोडा आत्मविश्वास जाणवतो, तेव्हा तो म्हणू लागतो, 'आता गुरूंवर विश्वास ठेवण्याची मुळीच गरज नाही.' पण अशा वेळी शिष्यानं लक्षात घ्यायला हवं, की जेव्हा त्याच्यात आत्मविश्वासाचा अभाव होता, तेव्हा गुरूंनीच त्याला आत्मविश्वासाचं बाळकडू पाजलं होतं.

कदाचित मन म्हणेल, 'आता मी आत्मविश्वासानं ओतप्रोत भरलोय; मग मला गुरूंवर विश्वास ठेवण्याची गरजच काय?' पण मनाचा हा तर्क अत्यंत चुकीचा आहे. कारण आत्मविश्वास प्राप्त करण्यासाठी इतर लोक तुम्हाला नक्कीच मदत करतील. ते एखाद्या विशिष्ट विषयाचं ज्ञानही तुम्हाला प्रदान करतील; पण केवळ गुरूच तुम्हाला आत्मविश्वासाचं शिखर कसं गाठावं, याचं ज्ञान प्रदान करतात... स्वतःच्या खऱ्या

अस्तित्वावर संपूर्ण विश्वास ठेवायला शिकवतात. इतकंच काय पण गुरू तुम्हाला शरीर-मन-बुद्धी यांपलीकडे असणाऱ्या 'परमचैतन्या'वरही विश्वास ठेवायला शिकवतात. कालांतरानं शिष्याला उमगतं, 'स्वतःवरील विश्वास आणि गुरूंवरील विश्वास' या दोन्ही गोष्टी एकच आहेत.

आरंभी तुम्हाला 'स्व'विषयी पूर्ण ज्ञान नसतं. म्हणूनच गुरूंवर शंभर टक्के विश्वास ठेवायला हवा. गुरूंच्या मार्गदर्शनाअभावी, अज्ञानी मनुष्य 'स्वतःवर विश्वास ठेवा' असं ऐकल्यावर एक मोठी चूक करू शकतो. ती म्हणजे, तो स्वतःला केवळ शरीरापुरतंच सीमित मानून शरीराचे चोचले पुरवण्यात आणि इंद्रियसुखाला बळी पडू शकतो. मग कितीही सत्यसाहित्य वाचलं, तरी त्याचा विश्वास शिखरावर पोहोचू शकत नाही. खरंतर गुरू विश्वासाच्या अत्युच्च शिखरावर आधीपासूनच स्थापित असतात. त्यामुळेच ते शिष्याला अचूक मार्गदर्शन करू शकतात. म्हणूनच स्वतःवर (सेल्फ, परमचैतन्य) आणि गुरूंवर विश्वास ठेवणं या दोन्ही गोष्टी वेगवेगळ्या नसून एकच आहेत.

> आत्मबळ या गुणामुळे मनुष्याचा विकास तर होतोच शिवाय आत्मविश्वास आणखी वृद्धिंगत होतो.

मनन करण्यायोग्य गोष्टी

- जे लोक तुमचा आत्मविश्वास वृद्धिंगत करण्यासाठी तुमची मदत करतात, केवळ त्यांच्यावरच विश्वास ठेवा.
- खरंतर गुरू विश्वासाच्या अत्युच्च शिखरावर आधीपासूनच स्थापित असतात. त्यामुळेच ते शिष्याला अचूक मार्गदर्शन करू शकतात.
- 'गुरूंवर शंभर टक्के विश्वास ठेवा', या विधानाचा अर्थ 'तुम्ही स्वतःवर विश्वास ठेवू नका' असा मुळीच होत नाही.
- गुर्वाज्ञेचं पालन केल्यास विश्वातील सर्वांत मोठी शक्ती मनुष्याला प्राप्त होते. ती म्हणजे, 'आत्मबळ'!
- आत्मविश्वास बाळगलात, तरच सत्य तुमच्यासमोर प्रकटेल.

खंड २
आत्मविश्वास वाढवा, आत्मबळ प्राप्त करा

१

प्लस मनाची निर्मिती

मनावर नियंत्रण मिळवण्याची पहिली पायरी

ईश्वर आणि मी, अशी आमची टीम, एखाद्या शक्तिशाली फौजेसारखी आहे. इतकी शक्तिशाली टीम या जगात कुठेच अस्तित्वात नाही. आम्ही दोघं मिळून विश्वातलं कितीही घनघोर युद्ध जिंकू शकतो.

एखाद्याला गंभीर आजार झाला तर त्याला रुग्णालयात दाखल केलं जातं. अशा वेळी रुग्णाला जंतुसंसर्ग होऊ नये, यासाठी त्याला इतरांपासून अलिप्त ठेवण्यात येतं. थोडक्यात, रुग्ण आजारातून लवकर मुक्त व्हावा, हीच रुग्णालयाची भूमिका असते.

आपण रुग्णालयात गेलो तर तिथे आपल्याला '+' (प्लस) चिन्ह दिसतं. हे चिन्ह प्रतीक आहे, सकारात्मकतेचं! रुग्णांच्या मनात 'प्लस' म्हणजेच 'सकारात्मक भावना' जागृत होऊन त्यांना स्वास्थ्यप्राप्ती व्हावी, हा त्यामागचा मूळ उद्देश असतो. आजारातून मुक्त होण्यासाठी, शिवाय मनाला आलेली मरगळ

झटकून टाकण्यासाठी सकारात्मक भावना नेहमीच उपयुक्त ठरतात. तेव्हा तुम्हालाही अशाच 'प्लस' मनाची निर्मिती करायची आहे. 'प्लस मन' म्हणजे नेहमी सकारात्मक विचार बाळगणारं मन!

'पण' शब्दाचा वापर करून 'आत्मविश्वास' मिळवा

सतत अविश्वासात अडकणाऱ्या तुलनात्मक मनाला जर सकारात्मक विचारक (प्लस माईन्डेड) बनवायचं असेल, तर एका तंत्राचा वापर करा. या तंत्राचं नाव आहे, 'पण'. जेव्हा मनात नकारात्मक विचार येतील, तेव्हा 'पण' या शब्दाचा वापर करून त्याचं सकारात्मक विचारात रूपांतरण करा. जसं, 'मी आजारी आहे, त्यामुळे मी अमुक काम करूच शकत नाही.' असा नकारात्मक विचार येताच 'पण' या शब्दाचा वापर पुढीलप्रमाणे करता येईल–

मी आजारी आहे, त्यामुळे मी अमुक काम करू शकत नाही. **पण** मी निश्चय केला, तर नक्कीच हे काम पूर्ण करू शकेन.

आता दुसरं उदाहरण पाहूया. बरेचसे विद्यार्थी 'हा विषय मला खूपच कठीण वाटतोय...' असा नकारात्मक विचार करतात आणि कठीण विषयाचा अभ्यास करणं टाळू लागतात. त्यांनी अशा वेळी नकारात्मक वाक्याला 'सकारात्मक' बनवायला हवं. जसं–

'हा विषय मला खूपच कठीण वाटतोय. **पण** मी जर एकाग्रतेने अभ्यास करण्याचा प्रयत्न केला, तर माझ्यासाठी हा विषय नक्कीच सोपा बनेल.'

'पण' हा शब्द वापरून तुम्ही 'प्लस माइंडेड' म्हणजेच 'सकारात्मक मनाची' निर्मिती करू शकता. लक्षात घ्या, सकारात्मक मनातच आत्मविश्वास वृद्धिंगत होऊ शकतो. यासंबंधी आणखी काही उदाहरणं पाहूया.

- आजकाल मार्केटमध्ये मंदी आहे. **पण** माझ्यासाठी तर ही नामी संधी आहे.
- हे काम माझ्यासाठी खूपच कठीण आहे. **पण** मला ईश्वराची साथ असल्याने ते खूपच सोपं आहे.

- मी खूपच आजारी आहे. **पण** विश्वासाच्या शक्तीने मी लवकरच बरा होणार आहे.

अशा प्रकारे 'पण' या शब्दानंतर जोडलेलं सकारात्मक वाक्यच तुमची ताकद आणि प्रेरणा बनेल. कारण एखादं काम एकट्या माणसासाठी खूपच अवघड असू शकतं. पण आता तुम्ही एकटे कुठे आहात? तुमच्यासोबत आहे विश्वास, त्या परमपित्याची, विश्वकर्त्याची सर्वोच्च शक्ती!

नकारात्मक विचार येताच स्वतःला विचारा, 'मी या नकारात्मक वाक्यानंतर असं कोणतं सकारात्मक वाक्य जोडू, जेणेकरून मला अमर्याद ऊर्जेची जाणीव होईल?' समजा, एखादं कार्य करण्यापूर्वी तुम्हाला असुरक्षितता जाणवू लागली, भीती वाटू लागली, तर स्वतःला सांगा- 'मला हे काम अतिशय कठीण वाटतंय. **पण** ईश्वर आणि मी, अशी आमची टीम, एखाद्या शक्तिशाली फौजेसारखी आहे. इतकी शक्तिशाली टीम या जगात कुठेच अस्तित्वात नाही. आम्ही दोघं मिळून विश्वातलं कितीही घनघोर युद्ध जिंकू शकतो.' या सकारात्मक विचारासोबत तुमच्या तनामनात अखंड ऊर्जेचा प्रवाह सुरू होईल.

तुमच्या मनात दररोज सकाळी उठल्यापासून रात्री झोपेपर्यंत अनेक नकारात्मक विचार येत असतात. जसं, 'ही वस्तू खूप महाग असल्यानं मी खरेदी करू शकत नाही.' तेव्हा 'पण' या शब्दाचा वापर करा आणि म्हणा, 'मी ही वस्तू सध्या खरेदी करू शकणार नाही, **पण** ठरवलं तर मी थोड्याच दिवसांत त्यासाठी पैशाची व्यवस्था करू शकतो.'

'मी समस्यांनी बेजार झालोय. आता या समस्यांचं ओझं पेलवता येत नाहीये' असा नकारात्मक विचार येताच स्वतःला सांगा, '**पण** विचारांना दिशा देऊन या सर्व समस्यांतून मी नक्कीच मुक्त होऊ शकतो.' नैराश्यानं तुमचा आत्मविश्वास खचला असेल तर स्वतःला सांगा, '**पण** या नकारात्मक परिस्थितीतून नक्कीच एखादी सकारात्मक गोष्ट निर्माण होईल.' अशा प्रकारे 'पण' या शब्दाचा उपयोग करून तुम्ही नेहमी आनंदी, प्रसन्नचित्त राहू शकाल. शिवाय, आत्मविश्वासाशी तुमची जणू मैत्रीच होईल.

'पण' शब्द जोडल्यानंतर तुम्हाला कळेल, की त्याच्यानंतर केवळ सकारात्मक वाक्यच जोडता येतं. 'पण' या शब्दानंतर कुठल्याही प्रकारे नकारात्मक वाक्य जोडलंच

जात नाही. तुमचं पहिलं वाक्य नकारात्मक असेल, तर नंतरचं वाक्य सकारात्मकच होतं आणि पहिलं वाक्य सकारात्मक असेल तर त्यासाठी 'पण' हा शब्द वापरण्याची आवश्यकताच नाही.

केवळ नकारात्मक विचार किंवा चुकीच्या वाक्यांनंतरच तुम्हाला 'पण' हा शब्द जोडायचा आहे, हे नेहमी लक्षात असू द्या. याशिवाय तुम्ही आणखी एक शब्दप्रयोग करायचाय. तो म्हणजे, 'तरीसुद्धा'. समजा, तुमच्या मनात विचार आला, 'हे काम खूपच कठीण आहे.' अशावेळी 'तरीसुद्धा' या शब्दाचा वापर करून 'प्लस मनाची' निर्मिती करा. जसं- 'हे काम खूपच कठीण आहे. **तरीसुद्धा** मी ते पूर्ण करणार आहे.'

'पण' आणि 'तरीसुद्धा' हे दोन्ही शब्दप्रयोग करुन तुम्ही आत्मविश्वास वृद्धिंगत करू शकता.

सकारात्मक विचार हाच आत्मविश्वासाचा पाया

तुम्हाला आत्मविश्वासाचं शिखर गाठायचं असेल तर त्याचा पायाही तितकाच भक्कम, मजबूत असायला हवा. अन्यथा एखाद्या क्षुल्लक घटनेनेही हा पाया डळमळीत होऊ शकतो. समजा, नोकरी किंवा व्यवसाय करताना तुम्हाला कधी अपमानजनक प्रसंगाला सामोरं जावं लागलं आणि जर तुम्ही ही परिस्थिती शांतपणे हाताळू शकला नाहीत, तर तुमचा आत्मविश्वास नक्कीच डळमळीत होऊ शकतो. कारण अपमानाचा बदला घेण्याची भावना 'नकारात्मक' असते आणि कोणत्याही नकारात्मक विचारामुळे आत्मविश्वास मुळीच वृद्धिंगत होऊ शकत नाही. त्यामुळे नेहमी लक्षात ठेवा, सकारात्मक विचार हाच आत्मविश्वासाच्या शिखराचा पाया आहे. सदैव आशावादी विचार करणारे लोक आपल्या ठाम निर्णयांच्या पायावर स्थिर उभे असतात. मग, असे लोक विचारशक्तीमुळे अत्यंत प्रतिकूल परिस्थितीलाही धैर्याने सामोरे जातात. असे लोक बाहेरून कदाचित कृश, ठेंगणे, काळे किंवा अगदी कुरूपसुद्धा दिसत असतील, पण त्यांच्या अंतर्यामी नेहमी आशादायी विचार आणि दुर्दम्य आत्मविश्वास असतो. बाह्य रूपाचा त्यांच्या कार्यक्षमतेवर कोणताही विपरीत परिणाम होत नाही. कारण मनुष्याची कार्यक्षमता ही नेहमी त्याच्या गुणांवर अवलंबून असते. म्हणूनच तुमच्या बाह्यरूपापेक्षा तुमचं अंतरंग कसं आहे, हे अत्यंत महत्त्वाचं असतं.

अंतरंगात जर आत्मविश्वासपूर्ण विचार असतील, तर ते आयुष्याच्या प्रत्येक क्षणी महत्त्वाची भूमिका बजावतात पण विचार नकारात्मक असतील, तर ते अविश्वासाला बळ देतात. परिणामी, तुमच्या जीवनात येतं केवळ 'अपयश'! सकारात्मक विचारांसोबत तुमचा तेजविश्वास वृद्धिंगत होतो. 'प्लस मन' तुमच्या जीवनात यश खेचून आणतं. तेव्हा आजच संकल्प करा, 'मी कोणत्याही परिस्थितीत आशावादी विचार (हॅपी थॉट्स) बाळगेन.' कारण यशस्वी जीवनाची पहिली आवश्यकता आहे, 'हॅपी थॉट्स'.

जसा संग, तसा रंग

आत्मविश्वास वृद्धिंगत करायचा असेल, तर सकारात्मक विचारांइतकाच महत्त्वाचा आहे, 'सकारात्मक संघ'. कारण सकारात्मक विचारसरणीच्या लोकांचा सहवास लाभताच आपलाही दृष्टिकोन बदलतो. हीच गोष्ट एका छोट्या गोष्टीतून समजून घेऊया-

एक शेतकरी जंगलाच्या सीमेजवळच राहत होता. त्यानं गाय, म्हैस, बकरी, कुत्रं, मांजर, कोंबडी असे अनेक पशू पाळले होते. एकदा जंगलात शेतकऱ्याला सिंहाचे दोन छावे आढळले. तो त्यांना घेऊन घरी आला. त्याच्या इतर प्राण्यांबरोबर हे दोन छावेही तिथं राहू लागले. त्यातल्या एका छाव्याची बकऱ्यासोबत तर दुसऱ्याची एका मांजरीसोबत मैत्री झाली.

काही वर्षांनी एके दिवशी त्या शेतकऱ्याच्या शेतावर जंगल्यातल्या सिंहानं हल्ला केला. त्याला पाहताच सर्व प्राणी सैरावैरा धावू लागले. एव्हाना सिंहाचे दोन्ही छावे आता मोठे झाले होते. त्यांना हे कळेना, की सर्वजण असे सैरावैरा का धावताहेत? दोन्ही छाव्यांनी जेव्हा त्यांच्या मनातील शंका विचारली, तेव्हा बकऱ्यानं त्याला सांगितलं, 'हा सिंह आपल्यावर हल्ला करतोय. त्यामुळे आपण सगळे त्याच्यापासून दूर पळतोय.' यावर त्या छाव्यानं विचारलं, 'मी तर या सिंहासारखाच दिसतोय ना? पण मला मात्र कोणीही घाबरत नाही. असं का? मलाही त्याच्यासारखी शिकार करता येईल का?' यावर बकरा म्हणाला, 'अरे वेड्या, तुझं केवळ शरीर सिंहासारखं आहे. मनाने मात्र तू आमच्यासारखाच घाबरट आहेस. मग तुला कोण बरं घाबरणार?'

दुसरा छावा जेव्हा एका सिंहाला भेटला, तेव्हा त्याच्या सहवासात राहून छाव्याला स्वतःची खरी ओळख पटली. कारण सिंह त्याला म्हणाला, 'तू स्वतःला मांजर का बरं समजतोयस? या घाबरट प्राण्यांसोबत राहून तूदेखील भित्रा बनलायस. तूदेखील माझ्यासारखी डरकाळी फोडू शकतोस. कारण तुझ्यात माझ्यासारखेच गुण आणि शक्ती आहे. तूदेखील सिंहगर्जना करू शकतोस. या जंगलाचा राजा बनू शकतोस.' आता त्या छाव्याला स्वतःची खरी ओळख पटली. थोडक्यात, त्याला 'स्व'ची, खऱ्या 'स्व'भावाची प्रचीती आली. पूर्ण ताकदीनिशी त्या छाव्यानं डरकाळी फोडली आणि त्याच्यासोबत असणारे इतर सर्व प्राणी भयभीत झाले. परिणामी, त्याचा स्वतःवरील विश्वास वृद्धिंगत झाला. त्यानंतर तो प्रत्येक दिवस राजाप्रमाणेच जगला.

'जसा संग, तसा रंग' हेच या गोष्टीचं तात्पर्य! त्यामुळे जर तुम्हाला आत्मविश्वास वृद्धिंगत करायचा असेल, तर केवळ अशाच लोकांच्या सहवासात राहा, जे आत्मविश्वासाने ओतप्रोत भरले आहेत. ज्यांच्याकडून तुम्हाला नेहमी प्रोत्साहन मिळतं, कठीण कामं पूर्णत्वास नेण्यासाठी प्रेरणा लाभते, अशाच लोकांच्या सहवासात राहायला हवं. छावा बकऱ्यासोबत राहून भयभीत जीवन जगू शकतो, पण सिंहाच्या संपर्कात येताच तो खऱ्या अर्थाने 'जंगलाचा राजा' बनून जगतो. म्हणूनच नकारात्मक विचार करणाऱ्या, बेहोशीत जगणाऱ्या आणि चुकीच्या सवयींना बळी पडणाऱ्या लोकांचा सहवास तुम्ही टाळायला हवा.

जशी दृष्टी तशी सृष्टी!

कोणत्याही नाण्याला दोन बाजू असतात. अगदी त्याचप्रमाणे कोणत्याही माणसाच्या जीवनाचे, घटनेचे आणि कार्याचेही दोन पैलू असतात- सकारात्मक आणि नकारात्मक! पण तुम्हाला मात्र प्रत्येक गोष्टीच्या सकारात्मक पैलूचं निरीक्षण करण्याचंच प्रशिक्षण स्वतःला द्यायचं आहे. कारण या प्रशिक्षणातूनच तुम्हाला 'सकारात्मक दृष्टी' प्राप्त होईल. परिणामी, कोणत्याही गोष्टीत असणारा नकारात्मक पैलू तुम्हाला दुर्बळ वाटू लागतो आणि तुमच्याकडून मोठमोठी कार्ये सहजपणे पार पडतात. याउलट नकारात्मक दृष्टी बाळगलीत, तर एखाद्या घटनेचे सकारात्मक पैलूही तुम्हाला नकारात्मकच वाटतील. मग तुम्हाला लहानसहान कार्येदेखील वेळेवर पूर्ण करता येणार

नाहीत. थोडक्यात, तुमच्या दृष्टिकोनाचा तुमच्या प्रत्येक कृतीवर आणि पर्यायाने जीवनावर सखोल परिणाम होतो.

आयुष्यात येणाऱ्या चढ-उतारांकडे आणि अपयशाकडे तुम्ही कोणत्या दृष्टिकोनातून पाहता, यावरच तुमचा आत्मविश्वास अवलंबून असतो. सकारात्मक दृष्टिकोन बाळगणाऱ्या लोकांसाठी 'अपयश म्हणजे यश:शिखराकडे नेणारी एक पायरी' असते. असे लोक आत्मविश्वासाने भरलेले असतात. म्हणूनच अपयशी झाल्यावरही त्यांना जिंकण्याची कला अवगत असते. असे लोक सर्वांनाच वंदनीय असतात. विश्वात कोणत्याही ठिकाणी त्यांचं स्वागतच केलं जातं. कारण त्यांच्या संपर्कात येताच इतरांना आत्मविश्वासाची प्रचीती येते. असे लोक सदैव ज्ञान, तेजज्ञान प्राप्त करून घेण्यासाठी प्रयत्नशील असतात. मग सिगारेट, गुटखा, दारू, शिवीगाळ, निंदानालस्ती, खोटा आनंद अशा व्यसनांपासून तर ते मैलोगणती दूर राहतात.

एखाद्या खाणीतून जेव्हा सोनं बाहेर काढण्याचा प्रयत्न केला जातो, तेव्हा खूप मोठ्या प्रमाणात मातीच बाहेर येते. त्यानंतरच अस्सल सोनं प्राप्त होतं. आता खाणकाम करणारे कामगार जर 'किती वेळ आम्ही कष्ट करतोय! पण काय उपयोग... केवळ मातीचे ढिगच तयार होताहेत. सोनं मात्र अजूनही नजरेस पडलं नाहीये.' असा नकारात्मक दृष्टिकोन ठेवू लागले तर? काही वेळातच ते खाणकाम बंद करतील आणि त्यांना सोनं मिळूच शकणार नाही. या उदाहरणात, 'माती' म्हणजे नकारात्मक विचार करणारे लोक आणि 'सोनं' म्हणजे केवळ सकारात्मक, आशावादी दृष्टी बाळगणारे लोक! आपल्या आयुष्यात काही नकारात्मक वृत्तीचे लोक असतात, तर काही सकारात्मक वृत्तीचे! पण अशावेळी आपला 'फोकस' हा मातीवर (नकारात्मकतेवर) न ठेवता, तो 'सोन्या'वर (सकारात्मकतेवरच) ठेवायला हवा. कारण वरकरणी मातीचे कितीही ढीग दिसत असले, तरी त्याखाली सोनंच दडलेलं असतं. म्हणजेच एखादी व्यक्ती वरून कितीही नकारात्मक वृत्तीची वाटत असली, तरी तिच्या अंतर्यामी मात्र सकारात्मक ऊर्जा असते. आपली दृष्टी नेहमी सकारात्मकतेवरच असायला हवी. कारण 'बंद पडलेलं घड्याळही २४ तासांमध्ये दोनदा अचूक वेळ सांगू शकतं'.

तेव्हा आत्मविश्वास वृद्धिंगत करण्यासाठी एका नियमाचं पालन करा. तो म्हणजे,

'मी माझा फोकस नेहमी सकारात्मक गोष्टींवरच केंद्रित करेन.' या नियमाचं पालन केल्यास तुम्ही नकारात्मक विचारांपासून, चुकीच्या घटनांपासून आणि क्रियांपासूनही सदैव दूरच राहाल.

आत्मविश्वासाचा खांब आणि विचारांच्या तारा

प्रत्येक माणूस विचारांचा असा एक खांब आहे जो विचारांना प्रसारित करतो आणि ग्रहणही करतो. या जगात प्रत्येक माणूस आपल्या विचारांद्वारे लोकांशी जोडला जातो.

रस्त्यावर विजेचे जे खांब असतात ते सगळे तारांनी आपापसात जोडलेले असतात. त्याचप्रमाणे प्रत्येक माणूस विचारांचा एक खांब असून विचारांच्या तारांनी तो एकमेकांशी जोडलेला आहे. अशा प्रकारे जगामध्ये जितके विचारांचे खांब आहेत ते सगळे परस्परांशी जोडलेले आहेत. एका खांबामध्ये जर नकारात्मक विचार येत असतील तर काय होतं? समजा, जगात अर्धे लोक नकारात्मक विचारक आहेत आणि इतर सकारात्मक विचारक. तुम्ही जेव्हा नकारात्मक विचारक बनता तेव्हा सगळ्या नकारात्मक लोकांची शक्ती, सर्व नकारात्मक गोष्टी विचारांच्या तारांद्वारे तुमच्याकडे यायला लागतात, आकर्षित होतात. अशाप्रकारे या गोष्टी जरी तुमच्यापर्यंत पोहोचल्या नाहीत तरी नकारात्मक गोष्टी यायला सुरुवात तर झाली! नकारात्मक विचार करणं जेव्हा तुम्ही बंद कराल, तेव्हा तशा गोष्टी तुमच्यापर्यंत पोहोचणार नाहीत.

एखादा माणूस वर्षानुवर्षे नकारात्मक विचार करत राहिला तर त्याच्याकडे जगातील प्रत्येक कानाकोपऱ्यातून नकारात्मक गोष्टी पोहोचायला लागतात आणि फक्त येतच नाहीत तर त्या त्याचं जीवन उद्ध्वस्त करतात. जो माणूस सकारात्मक, आशावादी विचार ठेवतो, त्याच्याकडे जगातील सर्व सकारात्मक लोकांची शक्ती पोहोचते. शिवाय ही शक्ती त्याला आरोग्यपूर्ण आणि समृद्ध बनवते.

माणूस ज्या मार्गाने सकारात्मक किंवा नकारात्मक गोष्टी देत असतो, त्याच मार्गाने सकारात्मक किंवा नकारात्मक शक्तीसुद्धा घेत असतो. ज्या विचारांच्या पाइपने म्हणजे विचारांच्या तारांद्वारे नकारात्मक किंवा सकारात्मक भाव बाहेर जातात, त्याच पाइपने आतसुद्धा येतात. अशाप्रकारे आदान-प्रदानाची ही क्रिया सतत चालू असते. कारण

विचारांचे सगळे खांब एकाच तारेने जोडले गेलेले असतात. म्हणून माणसानं नेहमी सकारात्मक विचार ठेवून जीवनामध्ये सकारात्मक शक्ती आकर्षित करायला हवी.

वरील उदाहरणावरून, जेव्हा आपण नकारात्मक विचारसरणी ठेवतो, तेव्हा खऱ्या अर्थाने आपल्या जीवनामध्ये अनर्थ घडवून आणतो, हे आपल्याला समजेल. हे सगळं त्यावेळी तुम्हाला दिसत नाही, कारण तुम्ही अधूनमधून नकारात्मक विचार करत असता. पण त्यांचा परिणाम जर तुम्हाला दिसू लागला तर मग तुम्ही कधीही नकारात्मक विचार करणार नाही. समजा, त्यातूनही एखादा नकारात्मक विचार चुकून डोकावलाच तर त्यापुढे 'पण' शब्द जोडून ताबडतोब त्याचं रूपांतर सकारात्मक विचारांमध्ये करा.

विश्वासामुळे प्रत्येक गोष्ट शक्य होते

न्यूटन, एडिसन यांसारख्या महान वैज्ञानिकांनी शोध लावलेल्या गोष्टीही लोकांना सुरुवातीला अशक्यच वाटत होत्या. पण, त्यांचा दृढ विश्वास, मेहनत आणि कामातील सातत्य यामुळेच त्या गोष्टी प्रत्यक्षात अवतरल्या.

म्हणूनच तुमचा विचार आणि विश्वास सातत्यानं सकारात्मक ठेवा. मात्र कधी कधी एखाद्या प्रतिकूल घटनेमुळे माणूस भयभीत होतो आणि त्याचा विश्वास डळमळू लागतो. रात्रीच्या काळ्या अंधारामध्ये हरवलेला माणूस उषःकाली सूर्योदय होणार आहे, हेच विसरतो. पण त्या आशेच्या सूर्यकिरणाची वाट पाहात, प्रत्येक नकारात्मक घटनेतही, तुमचा विश्वास दृढ करायला हवा.

सुरुवातीला जेव्हा माणूस सकारात्मक दृष्टिकोन अवलंबतो, तेव्हा एखादा तरी नकारात्मक विचार येतच राहातो. पण त्यावर मात करता यायला हवी. कसं ते एका उदाहरणातून पाहूया. एका मैदानावर दोन देशांमध्ये क्रिकेटचा सामना चालू आहे. दोन्ही देशांचे प्रेक्षक आपापल्या टीमला प्रोत्साहित करत आहेत. एका टीममधला खेळाडू बाद झाल्यावर त्या टीमच्या प्रेक्षकांचा विश्वास डळमळू लागतो, त्या प्रेक्षकांची नाराजी स्पष्टपणे जाणवू लागते. मग, हळूहळू त्या टीमच्या इतर खेळाडूंचाही आत्मविश्वास ढासळतो. नेमका त्याचवेळी, प्रतिस्पर्धी टीमचा विश्वास बळावू लागतो आणि ती खेळावर वर्चस्व मिळवून सामना जिंकते. अशा प्रकारे ज्या टीमचा आणि ज्या देशाचा आपल्या संघातील प्रत्येक खेळाडूवर दृढ विश्वास असतो, तोच संघ उत्कृष्ट कामगिरी करतो.

आयुष्यात येणाऱ्या चढ-उतारांकडे आणि अपयशाकडे तुम्ही कोणत्या दृष्टिकोनातून पाहता, यावरच तुमचा आत्मविश्वास अवलंबून असतो.

याचाच अर्थ, देशातील सर्व लोकांचा एकत्रित विश्वासच त्या देशाच्या विजयात आणि विकासात साहाय्य करतो.

विश्वातल्या सर्व लोकांनी विश्वासाची शक्ती जाणून घेतली तर विश्वाला भेडसावणारी प्रत्येक समस्या विश्वासाच्याच शक्तीनं नष्ट करता येईल. वर दिलेल्या खेळाच्या उदाहरणातून तुम्ही विश्वासाच्या महान शक्तीचं दर्शन घेतलंत. आता कोणत्याही परिस्थितीत 'मी माझा आत्मविश्वास गमावणार नाही' असा निश्चय करा. आयुष्यात वेगवेगळ्या घटना तर घडतच राहतील. पण त्यांच्याकडे तुम्ही योग्य दृष्टिकोनातून पाहा आणि स्वतःचा विश्वास प्रकट करा.

मनन करण्यायोग्य गोष्टी

▶ मनुष्याची कार्यक्षमता ही नेहमी त्याच्या गुणांवर अवलंबून असते. म्हणूनच तुमच्या बाह्यरूपापेक्षा तुमचं अंतरंग कसं आहे, हे अत्यंत महत्त्वाचं असतं.

▶ जेव्हा मनात नकारात्मक विचार येतील, तेव्हा **'पण'** या शब्दाचा वापर करून त्याचं सकारात्मक विचारात रूपांतरण करा.

▶ 'हे काम खूपच कठीण आहे' असा विचार मनात येताच **'तरीसुद्धा'** या शब्दाचा वापर करा. जसं- 'हे काम खूपच कठीण आहे. तरीसुद्धा मी ते पूर्ण करणार आहे.'

▶ तुम्हाला आत्मविश्वास वृद्धिंगत करायचा असेल, तर केवळ अशाच लोकांच्या सहवासात राहा, जे आत्मविश्वासाने ओतप्रोत भरले आहेत.

▶ आपली दृष्टी नेहमी सकारात्मकतेवरच असायला हवी. कारण 'बंद पडलेलं घड्याळही २४ तासांमध्ये दोनदा अचूक वेळ सांगू शकतं.'

▶ आजच संकल्प करा, 'मी कोणत्याही परिस्थितीत आशावादी विचार (हॅपी थॉट्स) बाळगेन.' कारण यशस्वी जीवनाची पहिली आवश्यकता आहे, 'हॅपी थॉट्स'.

१०

‘वर्तमन’ची निर्मिती

मनावर नियंत्रण मिळवण्याची दुसरी पायरी

‘वर्तमान विचारक’ बनताच मनुष्य विचारांकडे साक्षीभावाने पाहू लागतो. कोणतीही घटना घडत असताना तो स्थिरचित्त असतो.

आत्मविश्वास प्राप्त करण्याच्या मार्गावरील दुसरी पायरी आहे, तुमचं मन, ‘वर्तमन’ बनवणं! ‘वर्तमान’ म्हणजे हा क्षण... या क्षणी, तुमच्या आसपास घडणाऱ्या घटना, मनात येणारे विचार, तुमच्याकडून होणारी कृती अत्यंत महत्त्वाची आहे. जे मन या क्षणी सुरू असणाऱ्या घटनेत शंभर टक्के उपस्थित असतं, तेच ‘वर्तमन’ होय.

‘वर्तमन’ म्हणजेच प्रेझेन्ट माइन्ड! वर्तमानात जे घडत आहे, त्याची संपूर्ण जाणीव असणारं मन. तुमच्या आजूबाजूला जे घडत आहे त्याचं भान असणं, त्याच्याकडे साक्षीभावनेनं पाहणं, ते संपूर्णपणे पाहता येणं याचं मनाला

प्रशिक्षण द्यायला हवं. मग तुमचं मन बनेल 'वर्तमन'! या मनाचे अनेक पैलू आहेत, कसे ते पाहूया.

सध्या तुमच्या चारही बाजूंनी वेगवेगळ्या प्रकारचे आवाज येत असतील. त्या सर्व आवाजांवर लक्ष केंद्रित करा आणि ते नीट ऐकण्याचा प्रयत्न करा. झाडावर एखाद्या पक्ष्याची चिवचिव ऐकू येत असेल, रस्त्यावरून जाणाऱ्या गाडीचा आवाज, स्वयंपाकघरातून ऐकू येणारा भांड्यांचा आवाज, टीव्हीवर सुरू असणाऱ्या संगीताचा आवाज... असे विविध आवाज तुम्हाला एकाच वेळी ऐकू येत असतात. या सर्व प्रकारच्या आवाजांची जाणीव तुम्हाला एकाच वेळी झाली तर तुमचं मन वर्तमानात आहे, असं म्हणता येईल.

हा प्रयोग एक मिनिटासाठी करून बघा. तुमच्या आजूबाजूला कोणकोणते आवाज येताहेत? अगदी याच क्षणी पुस्तक खाली ठेवून हा प्रयोग करा. हा प्रयोग केल्यानंतर तुम्हाला वातावरणातले निरनिराळे आवाज नक्कीच ऐकू आले असतील. आता हाच प्रयोग इतर इंद्रियांसोबत करून पाहा. जसं, आजूबाजूला कोणकोणते रंग दिसताहेत, याचं निरीक्षण करा. तुमच्या नाकाला कोणत्या प्रकारचे गंध जाणवताहेत, जिभेवर कोणती चव जाणवत आहे, तसंच त्वचेला कुठल्या स्पर्शांची जाणीव होतेय आणि शरीरावर कोणत्या संवेदना जाणवताहेत, या सर्व बाबींचं निरीक्षण करा. हे सर्व करताना, मनात कोणते विचार सुरू आहेत याबद्दलही सजग राहा. मग तुमचं मन पूर्णपणे वर्तमानात जगू लागेल. अशा प्रकारे, प्रत्येक क्षणी वर्तमानात राहण्याचा सराव करून तुम्ही भूतकाळ आणि भविष्यकाळ या दोन्हींशी संबंधित असणाऱ्या विचारांतून मुक्त व्हाल. मग आपोआपच तुम्ही चंचल मनावर नियंत्रण मिळवू शकाल.

अध्यात्मात अनेक ध्यानविधी विकसित झाल्या आहेत. या सर्व विधींचा एकमेव उद्देश, 'मनुष्याचं मन वर्तमानात राहावं' हाच होय. कान, नाक, डोळे, त्वचा, जीभ ही इंद्रिये मनुष्याचं ध्यान स्वतःकडे खेचत असतात. कानांना सुमधुर नाद, डोळ्यांना मनोहारी दृश्य, नाकाला सुगंध, त्वचेला सुखद स्पर्श आणि जिभेला रसना तृप्त करणारा स्वाद हवा असतो. थोडक्यात, सर्व इंद्रियं बाह्य जगातील आकर्षणांत अडकू पाहतात. यावरील उपाय म्हणून भारतात अनेक ध्यानविधींचा विकास झाला. काही ध्यानविधीत विशिष्ट

मंत्र ऐकण्याचा समावेश असतो, काहींमध्ये एखाद्या चित्रावर, आकृतीवर ध्यान केंद्रित करायला सांगितलं जातं. काही ध्यानात श्वासावर लक्ष केंद्रित करण्याची सूचना असते, तर काही ध्यानविधीत त्वचेला होणाऱ्या जाणिवेवर लक्ष केंद्रित करण्यासाठी सांगितलं जातं. या सर्व विधींमागचा उद्देश एकच असतो. तो म्हणजे, मनुष्य संपूर्णपणे वर्तमानात जागृतावस्थेत राहावा. आपली सर्व इंद्रिये एकाच वेळी कार्यरत असतात. शिवाय, त्याचवेळी मनात विचारही सुरू असतात. या सर्व गोष्टी एकाच वेळी जाणिवेच्या स्तरावर अनुभवणं म्हणजेच वर्तमानात राहणं.

मनावर नियंत्रण मिळवण्याचा एक उपाय म्हणजे आपल्या चौफेर सुरू असणाऱ्या गोष्टींबद्दल जागरूक राहणं. तेव्हा इतरांशी बोलतानाही तुमच्या मनात नेमके कोणते विचार सुरू आहेत, याकडेही लक्ष द्या. एखाद्याशी बोलताना, काम करताना तुमच्या अंतर्यामी नेमकं काय सुरू आहे, हेदेखील जाणून घ्या. तुम्हाला आत्मविश्वास प्राप्त करायचा असेल, तर स्वतःपासून काहीही लपवू नका. अगदी तुमच्या नकारात्मक विचारांवर, दुर्बलतेवरही लक्ष द्या. मनात नकारात्मक विचार येताच स्वतःला सांगा, 'हे सर्व नकारात्मक विचार लवकरच विलीन होणार आहेत.' अशा प्रकारे तुमचं ध्यान नेहमी वर्तमानात असेल. म्हणजेच तुम्ही 'ॲबसेन्ट माइन्डेड' (बेसावध) न बनता 'वर्तमान विचारक' बनाल.

बेहोशीत नव्हे, तर सजग राहून कार्य करा

बरेच लोक वर्तमानात राहू शकत नाहीत. कारण ते नेहमी बेहोश असतात. जणू सध्या काय सुरू आहे, याकडे त्यांचं संपूर्ण लक्षच नसतं. पण जर तुम्ही सजग झालात आणि केवळ वर्तमानात राहण्याची कला शिकलात, तर आपोआपच तुमचा आत्मविश्वास वृद्धिंगत होतो. कारण आता तुमचं लक्ष केवळ वर्तमानावरच केंद्रित असेल. अन्यथा अनेक लोक कित्येकदा विचारांच्या तंद्रीत गुंग असतात. आपण आत्ता कुठे आहोत, काय करतोय यापेक्षा पूर्वी काय घडलंय किंवा पुढे काय होईल यावरच ते विचार करत असतात. मग अशा लोकांकडून वस्तू हरवतात आणि त्या शोधण्यातच त्यांचा बराचसा वेळ खर्ची होतो. मात्र जे लोक 'वर्तमान विचारक' असतात, ते असे अनवधानी, बेसावध मुळीच नसतात. ज्याप्रमाणे तुम्हाला नकारात्मक विचार टाळायचे आहेत, त्याचप्रमाणे अशी बेहोशपूर्ण वर्तणूकही टाळायची आहे.

'न-मन' आणि 'अनवधानी मन' या दोन्ही गोष्टी पूर्णपणे वेगळ्या आहेत. अनावधानी मन म्हणजे चंचल मन होय, जे विचारांमध्ये हरवतं, कल्पनांमागे किंवा दिवास्वप्नांमागे धावतं. तर 'न-मन' म्हणजे अशी अवस्था, ज्यात अहंकार पूर्णपणे नष्ट झालेला असतो, सर्व चुकीच्या वृत्ती विलीन झालेल्या असतात... जिथे केवळ विश्वासाची परम-अवस्था प्रकटते. या अवस्थेत खऱ्या अर्थाने 'समाधी'चा अनुभव येतो. पण जे लोक विचारांच्या तंद्रीत हरवतात, त्यांचा एक गैरसमज होऊ शकतो. त्यांना वाटू शकतं, की विचारांमध्ये हरवल्यावर जो अनुभव येतो, तीच समाधीची अनुभूती असते. पण ही समाधीची अवस्था मुळीच नव्हे. कारण त्यावेळी मन इतरत्र, म्हणजेच कधी भूतकाळात तर कधी भविष्याच्या कल्पनेत रममाण झालेलं असतं.

'वर्तमान विचारक' बनताच मनुष्य विचारांकडे साक्षीभावाने पाहू लागतो. कोणतीही घटना घडत असताना तो स्थिरचित्त असतो. कारण त्याला प्रत्येक घटनेकडे नव्या दृष्टिकोनातून पाहण्याची कला अवगत झालेली असते. तेव्हा तुमच्याकडून होणाऱ्या प्रत्येक कृतीकडे आता 'साक्षीभावा'ने पाहण्याचा प्रयत्न करा.

घटनेकडे साक्षीभावाने पाहणं म्हणजे नेमकं काय

घटनेकडे साक्षीभावनेनं पाहणं म्हणजे नेमकं काय, हे समजून घेऊया. समजा, तुमच्याकडे अचानक काही पाहुणे आले, तर त्यावेळी तुम्ही नेमका कोणता प्रतिसाद देता? वरकरणी तुम्ही पाहुण्यांशी खूप गोड बोलता, त्यांचं आदरातिथ्य करता, पण मनात मात्र त्यांच्याविषयी नकारात्मक विचार सुरू असतात. जसं, 'यांनी आधी फोन करून कळवायला नको का? घरात भाजी-फळं काहीच नाहीये. आता सगळं ऐनवेळी आणावं लागेल...' अशा विचारांकडे सजगतेने पाहा. म्हणजेच सध्या तुमच्याकडून दोन प्रकारच्या कृती होताहेत. पहिली कृती म्हणजे, तुम्ही पाहुण्यांचं करत असलेलं आगत-स्वागत, त्यांचा पाहुणचार आणि दुसरी कृती म्हणजे, तुमच्या मनात पाहुण्यांविषयी सुरू असणारे नकारात्मक विचार! या दोन्ही कृतींकडे सजगतेने पाहणं म्हणजेच साक्षीभावासह पाहणं होय.

कोणत्याही घटनेकडे साक्षीभावाने पाहिल्यास तुमची घटनेशी, विचारांशी असणारी आसक्ती नाहीशी होते. शिवाय तुम्ही मनात निर्माण होणारे विचार, भावना यांना 'ते जसे

आहेत तसे (ॲज इट इज)' जाणू शकता. परिणामी, तुमच्या मनातील अनावश्यक विचार, दुर्भावना विलीन होऊ लागतात.

कोणत्याही घटनेकडे साक्षीभावाने पाहिल्यास तुमची घटनेशी, विचारांशी असणारी आसक्ती नाहीशी होते. शिवाय तुम्ही मनात निर्माण होणारे विचार, भावना यांना 'ते जसे आहेत तसे (ॲज इट इज)' जाणू शकता.

थोडक्यात, घटनेकडे साक्षीभावाने पाहणं म्हणजे तटस्थ राहून स्वतःचंच निरीक्षण करणं होय. पण येथे निरीक्षण या शब्दाचा अर्थ, 'पाहणे' असा नसून 'जाणणं' असा आहे.

मनन करण्यायोग्य गोष्टी

- 'वर्तमन' म्हणजेच प्रेझेन्ट माइन्ड! वर्तमानात जे घडत आहे, त्याची संपूर्ण जाणीव असणारं मन. तुमच्या आजूबाजूला जे घडत आहे त्याचं भान असणं, त्याच्याकडे साक्षीभावनेनं पाहणं, ते संपूर्णपणे पाहता येणं याचं मनाला प्रशिक्षण द्यायला हवं.
- अध्यात्मात अनेक ध्यानविधी विकसित झाल्या आहेत. या सर्व विधींचा एकमेव उद्देश, 'मनुष्याचं मन वर्तमानात राहावं' हाच होय.
- मनावर नियंत्रण मिळवण्याचा एक उपाय म्हणजे आपल्या चौफेर सुरू असणाऱ्या गोष्टींबद्दल जागरूक राहणं. तेव्हा इतरांशी बोलतानाही तुमच्या मनात नेमके कोणते विचार सुरू आहेत, याकडेही लक्ष द्या.
- 'न-मन' आणि 'अनवधानी मन' या दोन्ही गोष्टी पूर्णपणे वेगळ्या आहेत. अनवधानी मन म्हणजे चंचल मन होय, जे विचारांमध्ये हरवतं, कल्पनांमागे किंवा दिवास्वप्नांमागे धावतं. तर 'न-मन' म्हणजे अशी अवस्था, ज्यात अहंकार पूर्णपणे नष्ट झालेला असतो, सर्व चुकीच्या वृत्ती विलीन झालेल्या असतात...
- 'वर्तमान विचारक' बनताच मनुष्य विचारांकडे साक्षीभावाने पाहू लागतो. कोणतीही घटना घडत असताना तो स्थिरचित्त असतो. कारण त्याला प्रत्येक घटनेकडे नव्या दृष्टिकोनातून पाहण्याची कला अवगत झालेली असते.

११

एकाग्र मनाची निर्मिती

मनावर नियंत्रण मिळवण्याची तिसरी पायरी

ज्या लोकांचं मन एकाग्र होऊ शकत नाही, त्यांचं जीवन मुळीच 'अखंड' नसतं. म्हणजेच त्यांच्या भाव, विचार, वाणी आणि क्रिया या चारही गोष्टी वेगवेगळ्या दिशांना विखुरलेल्या असतात...

वर्तमान विचारक (प्रेझेन्ट माइन्डेड) बनल्यानंतर तुमचं मन एकाग्र (सिंगल माइन्डेड) होतं. लक्ष पूर्णपणे एकाच गोष्टीवर केंद्रित होणं म्हणजे 'मनाची एकाग्रता' होय. संत एकनाथ, शिष्य एकलव्य यांच्याकडे विलक्षण एकाग्रता होती. तुम्हीही जर तुमचं लक्ष केवळ 'सत्या'वरच केंद्रित केलंत, तरच तुम्ही 'एकाग्रता' अंगी बाणवली, असं म्हणता येईल.

'एकाग्रता' हा अत्यंत महत्त्वाचा गुण आहे. केवळ विद्यार्थ्यांसाठीच नव्हे, तर यशस्वी होऊ इच्छिणाऱ्या प्रत्येक व्यक्तीसाठी हा गुण अत्यंत महत्त्वाचा आहे. तुम्हाला जर आत्मविश्वासाच्या शिखरावर पोहोचायचं

असेल, यशस्वी जीवन जगायचं असेल, तर तुमचं लक्ष सदैव सकारात्मक गोष्टींवरच केंद्रित व्हायला हवं. तुमच्या आसपास काही सकारात्मक, तर काही नकारात्मक घटना घडत असतात. पण एकाग्र मनाच्या साहाय्यानं, तुम्ही केवळ सकारात्मक बाबींवरच लक्ष केंद्रित करायला हवं. आता हीच गोष्ट एका प्रतिकात्मक उदाहरणातून समजून घेऊया-

काही लोक रात्री झोपण्यापूर्वी मच्छरदाणी लावतात. शांत झोप लागावी आणि डासांच्या चावण्यामुळे कोणताही संसर्ग होऊ नये, हाच त्यांचा यामागील मुख्य उद्देश असतो. अगदी त्याचप्रमाणे, नकारात्मक विचारांचा संसर्ग टाळण्यासाठी तुम्हाला 'एकाग्र मन'रूपी मच्छरदाणी लावायची आहे. कारण एकाग्र मनच अनावश्यक विचारांना अंतरंगात शिरण्यापासून अटकाव करतं. मच्छरदाणी लावण्यामागे आणखी एक उद्देश असतो. तो म्हणजे, डासांपासून संरक्षण होतानाच हवादेखील खेळती राहावी, यासाठी मच्छरदाणीत छिद्रांची योजना केलेली असते. परिणामी, त्यांतून खेळणारा प्राणवायू आपल्यापर्यंत पोहोचू शकतो. अगदी त्याप्रमाणेच, एकाग्र मनामुळे तुम्हाला परमचैतन्याची अनुभूती होते. अशा प्रकारे मन एकाग्र झाल्यावर तुम्हाला नेमकं काय हवंय आणि काय नकोय, याचा विचार करायचा आहे.

संत एकनाथांकडे कमालीची एकाग्रता होती. एकलव्यानं तर केवळ गुरूंची मूर्ती समोर ठेवून, धनुर्विद्या आत्मसात केली. त्याच्या या एकाग्रतेमुळेच तो अर्जुनापेक्षाही श्रेष्ठ धनुर्धर झाला.

मीरा एकतारा वाजवताना तल्लीन व्हायची. कारण त्यावेळी तिचं मन एकाग्र व्हायचं. मीरा सत्याप्रति ग्रहणशील होती. कृष्ण हेच तिच्यासाठी एकमेव सत्य होतं. तिचं अवघं मन कृष्णप्रेमाप्रति एकाग्र, ग्रहणशील झालं होतं. अशीच एकाग्रता तुम्हालाही प्राप्त करायची आहे. पण बहुतांशी लोक द्विधावस्थेत अडकतात. कारण ते 'सिंगल माइन्डेड' नसून 'डबल माईन्डेड' असतात. 'डबल माइन्डेड' म्हणजेच 'द्विधावस्था' अर्थातच गोंधळलेलं मन! असं मन टोकाच्या विचारांमध्ये अडकलेलं असतं. अशा मनात सतत तुलनेचे विचार सुरू असतात. जसं, काळा-पांढरा, चांगला-वाईट, गरीब-श्रीमंत इत्यादी. त्यामुळेच ते अतिशय त्रासलेलं असतं. जो मनुष्य द्विधावस्थेत अडकलेला असतो, त्याचं वर्तन अत्यंत बेशिस्त असतं. तो निश्चय करतो, 'आज मी अमुक काम करीन,'

तितक्यात त्याच्या मनात दुसरा विचार येतो, 'आज नको, हे काम उद्या करूया...' अशा प्रकारे, डबल माइन्डेड बनल्यामुळे तो बरीचशी कामं पुढं ढकलत राहतो. परिणामी, तो कोणत्याही गोष्टीवर मन एकाग्र करू शकत नाही. त्यामुळे 'मला जीवनात नेमकं काय हवंय', हेच त्याच्या लक्षात येत नाही. याउलट जे लोक एकाग्रतापूर्वक कार्य करतात, त्यांच्याकडे पुरेपूर आत्मविश्वास असतो. याच विश्वासाच्या आधारे ते जीवनातील अनेक समस्यांवर सहजपणे मात करतात.

एकाग्रता अंगी बाणवा, अखंड जीवन जगा

द्विधावस्थेत अडकल्याने मनुष्य नेहमीच दुःखी राहतो. कारण द्विधावस्था मनुष्याला नेहमीच संभ्रमात टाकते. त्याच्या मनात एखादं काम पूर्ण करण्याविषयी विचार येतो. पण दुसऱ्याच क्षणी त्याचं मन म्हणतं, 'हे काम आताच नको करायला. आधी मी अमुक काम पूर्ण करतो.' अशा प्रकारे, त्याचा संभ्रम वाढत जातो आणि कोणतंही काम पूर्ण करण्यात तो यशस्वी होऊ शकत नाही. म्हणतात ना, 'एक ना धड, भाराभार चिंध्या!'

ज्या लोकांचं मन एकाग्र होऊ शकत नाही, त्यांचं जीवन मुळीच 'अखंड' नसतं. म्हणजेच त्यांच्या भाव, विचार, वाणी आणि क्रिया या चारही गोष्टी वेगवेगळ्या दिशांना विखुरलेल्या असतात... त्यांच्या मनात निर्माण होणारी भावना आणि विचार यात तारतम्य नसतं. ते बोलतात एक आणि करतात काही भलतंच! मग अशा लोकांचं जीवन अखंड बनू शकत नाही.

हे टाळण्यासाठी तुम्हाला एकाग्रता अंगी बाणवावी लागेल. जसं, आकाशवाणीवर दररोज विविध कार्यक्रम सुरू असतात. पण आपण मात्र ठरलेल्या वेळी विशिष्ट कार्यक्रमच ऐकतो. अगदी त्याचप्रमाणे, तुम्हाला तुमच्या मनाचंही ट्युनिंग करायचं आहे. केवळ तुम्हाला हव्या असणाऱ्या, सकारात्मक बाबींवरच तुमचं मन एकाग्र करायचं आहे.

एकाग्रता- आध्यात्मिक यशस्वितेचा पाया

'एकाग्रता' हा गुण भौतिक यश प्राप्त करण्यासाठी तर अत्यंत आवश्यक आहे. पण त्यासोबतच हा गुण 'आध्यात्मिक यशा'चा पाया आहे. कारण आध्यात्मिक उन्नती

साधण्यासाठी चित्त एकाग्र असणं अत्यावश्यक आहे. खरंतर एकाग्रता अंगी बाणवल्यास मनुष्याचं मन 'न-मन' बनू लागतं. मग अशा मनात आर्त भावनेसह केवळ एकच प्रार्थना उमटू लागते, 'आता मला ईश्वरच हवाय, त्यापेक्षा कमी अन्य काहीच नको.' हीच प्रार्थना मनुष्याला 'न-मन' अवस्थेप्रत घेऊन जाते. या अवस्थेत सर्व अनावश्यक विचार विलीन होतात. भय, चिंता, क्रोध यांसारखे विकारही नाहीसे होतात आणि केवळ शून्यत्वाचा, असीम आनंदाचा, शांतीचा अनुभव होऊ लागतो.

एकाग्रता अंगी बाणवल्यास मनुष्य केवळ सत्याप्रति ग्रहणशील बनतो. मग इतरांशी संवाद साधतानाही तो केवळ सकारात्मकतेवरच लक्ष केंद्रित करू शकतो. याउलट अनेक लोक इतरांशी संवाद साधताना मनातल्या मनात काही नकारात्मक स्वसंवाद करत असतात. लक्षात घ्या, मनात नकारात्मक स्वसंवाद जर अधिक प्रमाणात सुरू असेल, तर तुमची एकाग्रताही कमी होऊ लागते. बरेच लोक इतरांचं बोलणं ऐकताना एकाग्र होऊ शकत नाहीत. त्यांच्या मनात भलतेच विचार सुरू असतात. समोरचा माणूस कधी एकदा त्याचं बोलणं थांबवेल आणि मला माझं मत मांडण्यासाठी वेळ मिळेल, अशी त्यांची भावना असते. पाहणाऱ्यांना वाटतं, 'हा मनुष्य किती लक्षपूर्वक ऐकतोय ना!' पण ऐकणाऱ्याच्या मनात मात्र भलत्याच विचारांची गर्दी झालेली असते.

समजा, असा मनुष्य जर सत्यश्रवण करण्यासाठी गुरूंसमोर बसला, तर गुरूंचा उपदेश त्याच्या अंतर्मनापर्यंत पोहोचेल का? नक्कीच नाही. कारण गुरूंचं मार्गदर्शन ग्रहण करण्याऐवजी त्याचं मन व्यर्थ विचारांमागेच धावू लागेल. मग अशा मनुष्याचं मन 'न-मन' कसं बरं बनेल?

मन 'न-मन' होताच तुम्ही स्वर्गात प्रवेश कराल. आता येथे 'स्वर्ग' आणि 'नरक' या दोन्ही शब्दांचा अर्थ वेगळ्या अनुषंगाने देण्यात आलाय. स्वर्ग म्हणजे 'स्व'चा अर्क आणि नरक म्हणजे 'स्वतःचं खरं रूप विसरून जाणं'.

म्हातारी आणि गाजराची गोष्ट

वाचकहो, ही एक काल्पनिक कथा आहे. पण या गोष्टीत दडलेला आशय खूपच महत्त्वाचा आहे. आता या कथेत नेमकं काय सांगितलंय, हे पाहूया.

एकदा एका म्हाताऱ्या स्त्रीचा मृत्यू झाला. मृत्यूनंतर तिच्यासमोर तिच्या कर्मांचा पाढा वाचण्यात आला. तिला सांगण्यात आलं, 'तू कोणतंही पुण्यकर्म केलेलं नाहीस, त्यामुळे तू आता नरकात जाशील.' त्यावर ती म्हातारी म्हणाली, 'कृपया, मला स्वर्गात पाठवा. कारण मी एक पुण्यकर्म केलं होतं. मी एकदा एका भुकेल्या गायीला गाजर खाऊ घातलं होतं.'

यावर त्या स्त्रीला सांगण्यात आलं, 'अच्छा! मग आता ते गाजरच तुला वाचवू शकेल. तू थेट त्या गाजरालाच बोलव'. त्या स्त्रीनं गाजराला विनंती केली, 'कृपया, माझ्या हाकेला धावून ये. तू आलास तरच मी स्वर्गात पोहोचेन.' आणि काय आश्चर्य! ते गाजर उडत-उडत तिथं आलं. आता म्हातारीला सांगण्यात आलं, 'तू पटकन गाजर पकड. कारण ते स्वर्गाच्या दिशेनं चाललंय.' म्हातारीनं त्वरित गाजर पकडलं आणि त्याला लटकून, ती स्वर्गाच्या दिशेनं जाऊ लागली. तिला वाटलं, 'आता मी नक्कीच स्वर्गात पोहोचणार!' पण वाटेत तिला असे अनेक लोक भेटले, जे स्वर्गात प्रवेश करण्यासाठी प्रयत्न करत होते. त्या म्हातारीला स्वर्गाकडे जाताना पाहून एका माणसानं तिचे पाय पकडले. त्याला वाटलं, 'या म्हातारीचा आधार घेऊन मीसुद्धा स्वर्गात पोहोचेन.' त्या मनुष्याशिवाय इतर काही लोकांचं लक्ष म्हातारीकडे गेलं. मग एकामागोमाग एक असे अनेक लोक तिच्यामागे धावू लागले. थोड्याच वेळात एक भली मोठी लटकणारी माळ तयार झाली.

काही वेळाने म्हातारीनं खाली वाकून पाहिलं. 'बापरे! माझ्या जीवावर इतके लोक स्वर्गात येताहेत?' असा विचार तिच्या मनात आला आणि ती सर्व लोकांना ओरडली, 'सोडा, हे गाजर माझं आहे.' म्हातारीनं असं म्हणता क्षणीच ते गाजर खाली कोसळलं. खरंतर लटकलेल्या सर्वांनाच स्वर्गात घेऊन जाण्याची ताकद त्या छोट्याशा गाजरामध्ये होती. पण म्हातारीनं 'माझं' हा शब्द जोडला, 'मी पुण्य केलं होतं' हा अहंभाव तिच्या मनात जागृत झाला आणि त्याचक्षणी त्या गाजराची सर्व शक्ती संपुष्टात आली.

म्हातारीचा अहंकार जागृत झाल्यामुळे, ती स्वर्गात पोहोचू शकली नाही. अगदी त्याचप्रमाणे, माणसाचं मन जेव्हा अहंकारात अडकतं, तेव्हा ते 'न-मन' होऊ शकत नाही; ते सत्यापासून दूर भरकटतं.

एकाग्रता- विश्वाची आद्य आवश्यकता

या विश्वात बरेचसे लोक द्विधावस्थेत म्हणजेच डबल माईन्डेड (दुहेरी विचारक) होऊन जगत असतात. जसं, काही राजकारणी नेते जनतेला मोठमोठी वचनं देतात आणि सत्तेवर आल्यानंतर मात्र भलत्याच प्रकारे वागतात. संपूर्ण विश्वात द्विधावस्थेच्या कात्रीत सापडलेले बहुसंख्य लोक आहेत. या लोकांना, 'मी नक्की काय करायला हवं', हेच ठाऊक नसतं.

बहुसंख्य लोक एक मोठी चूक करतात. ती म्हणजे, 'स्वतःच्या मनालाच गुरू बनवणं.' आता या विधानाचा नेमका अर्थ काय बरं? मनुष्य केवळ स्वतःच्या सोयीसाठी मनालाच गुरू बनवतो. म्हणजेच मनाने एखादी अयोग्य मागणी केली, तर तीदेखील तो त्वरित पूर्ण करतो. शिवाय, गुरूंनी केलेला उपदेश जर मनासाठी गैरसोयीचा असेल, तर मन स्वतःच गुरू बनतं. 'गुरूंनी केलेला उपदेश कदाचित माझ्यासाठी नसावा... कदाचित गुरूंना या उपदेशातून अमुक एक गोष्ट सांगायची असेल...' अशा प्रकारे, स्वतःला सोयीस्कर होईल असाच अर्थ मन काढतं आणि गुरूंच्या आज्ञेचाही विपर्यास करतं. ज्याप्रमाणे, सत्तेसाठी आसुसलेला एखादा अप्रामाणिक नेता 'आता मी एक खेळी करतो. जेणेकरून दोन्ही पक्ष खुश होतील आणि मलाही प्रचंड बहुमत मिळेल', असा सोयीस्कर विचार करतो, अगदी त्याचप्रमाणे, मनही स्वार्थी बनतं.

तुम्हाला जर आत्मविश्वासाच्या शिखरावर पोहोचायचं असेल, यशस्वी जीवन जगायचं असेल, तर तुमचं लक्ष सदैव सकारात्मक गोष्टींवरच केंद्रित व्हायला हवं.

मनाला कधीच एका विशिष्ट गोष्टीत आनंद मिळत नाही. त्याला वैविध्य (व्हरायटी) खूपच आवडते. त्याला तर हजारो गोष्टींचा हव्यास असतो. एकाग्रतेअभावी मनुष्य संपूर्ण जीवन 'डबल माइन्डेड' बनूनच जगतो. परिणामी, त्याच्या जीवनात सुखद, आश्चर्यकारक घटना घडूच शकत नाहीत. कारण मनात एक विचार निर्माण होताच त्वरित दुसरा विचार निर्माण होतो. मग विचारांची ही साखळी सुरूच राहते. मनुष्य विचारांचा गुलाम असतो. त्यामुळेच तो असंख्य विचारांमागे धावू लागतो. इतकंच काय, तर तो विचारांनुसार स्वतःची कृतीही त्वरित बदलतो. समजा, तुम्ही गॅसवर पाणी उकळण्यासाठी ठेवलंत. पण जेव्हा तापमान ९९ अंश सेल्सियसपर्यंत

पोहोचतं, तेव्हा तुम्ही गॅस बंद करता. आता अशा वेळी त्या पाण्याचं वाफेत रूपांतरण होऊ शकेल का? नाही ना! अगदी त्याचप्रमाणे, मनुष्य एका विचारावर एकाग्र होतो खरा, पण त्वरित तो अन्य विचारांवर स्वतःचं लक्ष केंद्रित करतो. त्यामुळेच त्याच्या आयुष्यात रूपांतरण घडूच शकत नाही.

मनन करण्यायोग्य गोष्टी

▶ लक्ष पूर्णपणे एकाच गोष्टीवर केंद्रित होणं म्हणजे 'मनाची एकाग्रता' होय. तुम्हीही जर तुमचं लक्ष केवळ 'सत्या'वरच केंद्रित केलंत, तरच तुम्ही 'एकाग्रता' अंगी बाणवली, असं म्हणता येईल.

▶ बहुतांशी लोक द्विधावस्थेत अडकतात. कारण ते 'सिंगल माइन्डेड' नसून 'डबल माईन्डेड' असतात. 'डबल माइन्डेड' म्हणजेच 'द्विधावस्था' अर्थातच गोंधळलेलं मन!

▶ ज्या लोकांचं मन एकाग्र होऊ शकत नाही, त्यांचं जीवन मुळीच 'अखंड' नसतं. म्हणजेच त्यांच्या भाव, विचार, वाणी आणि क्रिया या चारही गोष्टी वेगवेगळ्या दिशांना विखुरलेल्या असतात.

▶ 'एकाग्रता' हा गुण भौतिक यश प्राप्त करण्यासाठी तर अत्यंत आवश्यक आहे. पण त्यासोबतच हा गुण 'आध्यात्मिक यशा'चादेखील पाया आहे.

▶ लक्षात घ्या, मनात नकारात्मक स्वसंवाद जर अधिक प्रमाणात सुरू असेल, तर तुमची एकाग्रताही कमी होऊ लागते.

१२

शंका-कुशंकांतून मुक्ती

आत्मविश्वासाचा पहिला शत्रू – शंका, संशय

'विश्वासामध्ये इतकी विलक्षण ताकद आहे,
ज्यामुळे विशालकाय पर्वतही हलवता येतात.'

एका स्त्रीनं बायबलमध्ये वाचलं, 'विश्वासामध्ये इतकी विलक्षण ताकद आहे, ज्यामुळे विशालकाय पर्वतही हलवता येतात.' हे विधान वाचून तिला खूप आनंद झाला. मग तिनं एक प्रयोग करून पाहायचं ठरवलं. तिच्या घरामागे एक पर्वतरांग होती. तिनं रात्री झोपण्यापूर्वी ईश्वराकडे प्रार्थना केली, 'हे प्रभू, उद्या सकाळपर्यंत माझ्या घरामागे असणारे पर्वत अन्य ठिकाणी हलव.' सकाळी जाग येताच ती उत्सुकतेवश घराबाहेर आली. पण तिचा भ्रमनिरास झाला. कारण घरामागे असणारी पर्वतरांग जिथल्या तिथेच होती. ती महिला स्वतःशीच म्हणाली, 'मला खात्री होती, की हे असंच घडणार. केवळ प्रार्थना

केल्याने पर्वत थोडीच त्याची जागा बदलू शकेल!'

आता या उदाहरणावर मनन करा. त्या महिलेनं प्रार्थना तर केली होती, पण प्रार्थनेला विश्वासाची जोड द्यायला ती विसरली. कारण मनात येणाऱ्या शंका-कुशंकांना ती बळी पडली.

वाचकहो, तुम्हालाही पर्वत हलवण्यासारखं अशक्यप्राय कार्य करायचं असेल, तर आत्मविश्वासाच्या पहिल्या शत्रूवर आजच विजय मिळवा. आत्मविश्वासाचा पहिला शत्रू म्हणजे, 'शंका, संशय'! जिथं तीळमात्रही संशय, शंका-कुशंका शिल्लक नसते, तिथेच आत्मविश्वास प्रगट होतो. मग विचार करा, जर तुम्हाला आत्मविश्वासाच्या शिखरावर पोहोचायचं असेल, तर त्यासाठी किती दृढता असायला हवी? शंका, संशय यांना तर कायमचा पूर्णविराम द्यायला हवा.

जे लोक 'डबल माईन्डेड' असतात, ते नेहमीच शंका-कुशंकांना, संशयी वृत्तीला बळी पडतात. त्यामुळेच एखादं नवीन कार्य हाती घेताच त्यांच्या मनात शंका दाटू लागते, 'हे कार्य नक्की पूर्ण होईल ना?' आजवर विश्वात अपूर्ण राहिलेल्या कामांमागे हीच शंका जबाबदार असते. म्हणूनच तुम्हाला या संशय घेण्याच्या वृत्तीतून मुक्त व्हायला हवं.

बहुतांश लोक एखाद्या गोष्टीवर शंका घेतात. पण आपली शंका कशी उपस्थित करावी, हे मात्र त्यांना मुळीच उमजत नाही. निव्वळ संशय घेतल्यानं किंवा शंका-कुशंकांमध्ये अडकल्याने गोंधळाची परिस्थिती निर्माण होते. पण अशावेळी, संशय न घेता त्या गोष्टीचं विश्लेषण करायला हवं. अन्यथा मनुष्याचं मन सरसकट निष्कर्ष काढतं आणि त्यावरच अडून बसतं. 'मी जो निष्कर्ष काढलाय, तो पूर्णतः किंवा अंशतः चुकीचा असू शकतो' असा विचारच लोक करत नाहीत. मग स्वतःची बाजू सिद्ध करण्यासाठी लोक कोणत्याही थराला जाऊ शकतात. पण लक्षात घ्या, 'शंका-कुशंका ही एक आत्मघातकी भावना आहे, जी तुमच्या आत्मविश्वासासाठी अत्यंत घातक ठरू शकते.' तुम्हाला विश्वासाची शक्ती कोणता चमत्कार घडवू शकते, याचा अनुभव घ्यायचा असेल, तर एका नियमाचा अवलंब अवश्य करा. तो नियम म्हणजे, 'शंकेविषयीच साशंक बना.'

शंकेविषयीच साशंक बना

शंकेविषयी साशंक व्हा. याचाच अर्थ, तुमच्या मनात जेव्हा एखादी शंका निर्माण

होईल, तेव्हा त्या शंकायुक्त विचाराचं विश्लेषण करा. आता हीच गोष्ट एका उदाहरणाद्वारे समजून घेऊया–

एक शिष्य कित्येक वर्षांपासून गुरुकुलात राहत होता. गुरूंच्या सान्निध्यात त्याचं सत्यश्रवण, मनन, चिंतन, ध्यानसाधना सुरू होती. पण एके दिवशी त्याच्या मनात शंका निर्माण झाली, 'मी इतकी वर्षं सत्यमार्गावर वाटचाल करतोय. पण इतक्या वर्षांत माझ्यासोबत नेमकं काय घडलं?' त्याच्या या शंकेवर गुरुजींनी सांगितलं, 'मन तर नेहमी शंका–कुशंकांमध्ये अडकू पाहतं. पण त्याच मनाचं विश्लेषण कर. आता स्वतःला हे विचार, की शंका उपस्थित करणारा नेमका कोण आहे, जो मला नेहमी त्रस्त करतोय?' अशा प्रकारे, गुर्वाज्ञा शिरसावंद्य मानून त्या शिष्यानं स्वतःच्या मनात निर्माण झालेल्या शंकेवरच प्रश्नचिन्ह उपस्थित केलं. मग त्याला काही वेळातच उमजलं, 'इतकी वर्षं मी साधना केली खरी; पण ती अचूक प्रकारे केली का?'

जिथं तेजविश्वास असतो, तिथं संशय पूर्णपणे नष्ट झालेला असतो. यासाठी तुम्ही आणखी एक प्रयोग करू शकता. तुमच्या मनात निर्माण होणारे संशय, शंका–कुशंका यांची शहानिशा करा. थोडक्यात, तुमच्या शंकेबाबत साशंक बना. मग तुमच्या मनात निर्माण झालेली शंका कशा प्रकारे चुकीची आहे, याचा शोध घ्या आणि डायरीत लिहा, 'माझ्या मनात अमुक एका गोष्टीबद्दल शंका होती. पण आज ती शंका चुकीची असल्याचं सिद्ध झालंय.' तुम्ही जर वर्षभर असा प्रयोग केलात, तर वर्षाखेरीस तुम्हाला आश्चर्याचा धक्का बसेल. कारण वर्षभरात तुमच्या मनात अशा अनेक शंका निर्माण झाल्या असतील, ज्या कालांतराने चुकीच्या असल्याचं सिद्ध झालं. खरंतर आपण प्रत्येक गोष्टीची लेखी नोंद ठेवत नाही. त्यामुळेच आपण महत्त्वाचे बोधही लवकर विसरून जातो.

बाळ आजारी पडल्यावर आई त्याला औषध पाजते. पण त्यावेळी अज्ञानवश लहान मुलाच्या मनात एक शंका निर्माण होते, 'माझी आई माझ्यावर खूप प्रेम करते. मग ती मला असं कडू औषध का बरं पाजतेय?' आता या शंकेवर तुम्ही काय बरं म्हणाल? खरंतर आईचं मुलावर इतकं प्रेम आहे, की त्याला औषध पाजण्यासाठी वेळप्रसंगी ती त्याच्यावर हातही उगारते. कारण औषध प्यायल्यानंतरच आपल्या बाळाची प्रकृती सुधारणार असल्याचं तिला माहीत असतं. पण लहान मूल मात्र साशंकतेनं आईकडे पाहत असतं.

आपल्याकडूनही नेमकी हीच चूक होत असते. एखादी घटना घडताच आपल्या मनात शंकेची पाल चुकचुकते. जसं, एखादा नातेवाइक चुकीचं वागताच आपण दुःखी होतो. पण त्याच्या कृतीमागे असणारा उद्देश आपण विसरूनच जातो. समजा, एखाद्या प्रसंगात तुमची चूक नसेलही, पण तरीही तुम्ही संशयाला बळी न पडता विश्वासाची कास धरायला हवी. कारण एखादा माणूस तुमच्याशी गैरवर्तन करत असेल, तर त्यामागे तुम्ही एखादा बोध घ्यावा, हाच नियतीचा उद्देश असतो. एखाद्या तरुणाला एका विशिष्ट कंपनीतच नोकरी हवी असते. पण काही कारणाने त्याला ती मिळत नाही. मग अशा वेळी संशयाचं, शंका-कुशंकांचं भूत त्याच्या मानगुटीवर बसतं. 'माझं नशीबच खराब असावं... मी मागच्या जन्मी काही अपराध केला असावा... माझ्या नशिबात केवळ स्ट्रगलच आहे...' अशाप्रकारे, तो युवक स्वतःच्या क्षमतांविषयीच साशंक बनतो. पण काही दिवसांनंतर एक बातमी त्याच्या कानावर येते, 'ज्या कंपनीत तुला नोकरी हवी होती, ती कंपनीच दिवाळखोरीमुळे बंद पडली.' ही बातमी ऐकताच तो तरुण म्हणतो, 'मी स्वतःवरच किती शंका घेतली? मी स्वतःच्या क्षमतांविषयी उगीचच साशंक झालो. आता मला समजलं, की मी काढलेले निष्कर्ष पूर्णतः चुकीचे होते. खरंतर मी त्याच वेळी माझ्या शंकांसमोर प्रश्नचिन्ह उपस्थित करायला हवं होतं.'

तुमचा विश्वास जेव्हा अढळ असतो, तेव्हा समस्या मुळापासून नष्ट होते. मात्र विश्वास डगमगू लागताच समस्या ठाण मांडून बसते.

आत्मविश्वास वृद्धिंगत करण्यासाठी या नियमाचं जरूर पालन करा. तुमच्या मनात जेव्हा संशय निर्माण होईल, तेव्हा विश्लेषण करा. समजा, 'अमुक काम मी करू शकणार नाही' असा विचार मनात निर्माण होताच, थोडं थांबा आणि स्वतःला योग्य प्रश्न विचारा. 'हे काम माझ्याकडून पूर्ण होऊ शकणार नाही, असा शंकास्पद विचार माझ्या मनात का बरं डोकावला? आता मी याबाबत विश्लेषण करेन. हे काम करण्याच्या कमीत कमी दहा पद्धती आहेत. मला मात्र त्यांपैकी एक सर्वोत्तम पद्धत शोधायची आहे.'

मनन करण्यायोग्य गोष्टी

▶ विश्वासामध्ये इतकी विलक्षण ताकद आहे, ज्यामुळे विशालकाय पर्वतही हलवता येतात.

▶ तुम्हाला अशक्यप्राय कार्य करायचं असेल, तर आत्मविश्वासाच्या पहिल्या शत्रूवर आजच विजय मिळवा. आत्मविश्वासाचा पहिला शत्रू म्हणजे, 'शंका, संशय'!

▶ शंका-कुशंका ही एक आत्मघातकी भावना आहे, जी तुमच्या आत्मविश्वासासाठी अत्यंत घातक ठरू शकते.

▶ निव्वळ संशय घेतल्यानं किंवा शंका-कुशंकांमध्ये अडकल्याने गोंधळाची परिस्थिती निर्माण होते. पण अशावेळी, संशय न घेता त्या गोष्टीचं विश्लेषण करायला हवं.

▶ तुम्हाला विश्वासाची शक्ती कोणता चमत्कार घडवू शकते, याचा अनुभव घ्यायचा असेल, तर एका नियमाचा अवलंब अवश्य करा. तो नियम म्हणजे, 'शंकेविषयीच साशंक बना.'

१३

भीतीला करा कायमचा बाय-बाय
भाग - १

आत्मविश्वासाचा दुसरा शत्रू - भीती

अपयशाच्या भीतीनं प्रयत्नांची कास सोडू नका. तुम्ही प्रयत्न करायचे सोडलेत तर मात्र अपयशाचे धनी व्हाल, हे लक्षात ठेवा.

आत्मविश्वास आणि आत्मबळ प्राप्त करण्यासाठी सर्वांत मोठा अडथळा म्हणजे 'भीती' होय. या भीतीमुळे माणूस खुलेपणानं, प्रसन्नतेनं इतर लोकांसमोर जाऊ शकत नाही. मग त्याच्या अंतर्यामी दडलेल्या सुप्त शक्ती प्रकट होऊ शकत नाहीत. अशा मनुष्याचा विकास 'अपूर्ण' मानला जातो. तुम्हाला असा 'अपूर्ण विकास' करून या पृथ्वीवरून जायचंय की तुमच्यातील अमर्याद क्षमता विकसित करून पूर्णत्वाचा अनुभव घ्यायचाय? तुम्हाला 'पूर्णत्व' हवं असेल, तर निर्भयतेने जगण्याचा निर्णय आजच घ्या. कारण विश्वात बहुसंख्य लोक भयग्रस्त

आहेत. असे लोक इतरांच्या मतांना गरजेपेक्षा अधिक महत्त्व देतात. मग ते साहसी निर्णय कधीच घेऊ शकत नाहीत.

समजा, लोक तुम्हाला काही बाबींचं भय दाखवू लागले, तरीही त्याच भीतीचा वापर करून आत्मविश्वास प्राप्त करा. सापशिडीच्या खेळात जर सापांचा वापर शिडीप्रमाणे केला, तर आपण सहजपणे यशस्वी होऊ शकता. अगदी त्याचप्रमाणे, लोकांनी तुमच्या मनात निर्माण केलेल्या भीतीचा उपयोग आत्मविश्वास वृद्धिंगत करण्यासाठी एखाद्या शिडीप्रमाणे करा. लक्षात घ्या, लोक काहीही म्हणोत, तुम्ही नवनवीन प्रयोग करणं मुळीच थांबवू नका.

तुमच्या बालपणीचे ते दिवस आठवा, जेव्हा तुम्ही सायकल शिकण्याची नुकतीच सुरुवात केली होती? त्यावेळी तुमच्या मनात सायकलवरून पडण्याची किती भीती होती? पण तरीही तुम्ही सायकल चालवण्याचा प्रयत्न केलाच होता ना? कारण लहानपणी मनात भीतीही असते आणि नवीन गोष्ट शिकण्याची ऊर्मीही! लहानपणी तुम्ही हजारो लोकांना सायकल चालवताना पाहिलं होतं. एक दिवस मीदेखील इतक्या कुशलतेनं, सफाईदारपणे सायकल चालवू शकेन, हे तुम्ही जाणून होता. मग ती शिकताना कितीही वेळा पडलात, तरी सायकल चालवणं मात्र तुम्ही मुळीच सोडलं नाही. तेव्हा तुम्ही मनामध्ये 'मी सायकल चालवतोय...' असं एकच चित्र रंगवत होता. त्या वयात 'लोक काय म्हणतील' ही भीती तुम्हाला मुळीच वाटत नव्हती. वाचकहो, त्यावेळी सायकलिंग शिकण्यासाठी तुम्ही जे केलं, नेमकं तेच आज आत्मविश्वास प्राप्त करण्यासाठी करायचं आहे.

भयमुक्तीचा एक नामी उपाय म्हणजे 'अभ्यास आणि कृती' होय. एखादं कार्य करण्याची तुमची मनापासून तयारी असेल, तर कितीही कठीण कार्य तुम्ही पूर्ण करू शकता. पण काही लोक साधी-सोपी कामं पूर्ण करण्यातही टाळाटाळ करतात. मग अशक्यप्राय कार्य त्यांच्याकडून कसं बरं पूर्ण होईल?

काही लोक सदैव अपयशाबाबतच चर्चा करत असतात. त्यांच्यासाठी प्रत्येक नवीन काम अपयशाची भीती घेऊन येतं. खरंतर तुम्ही लहानपणी दररोज किमान शे-दोनशे नवीन प्रयोग अगदी सहजपणे करायचा. पण मोठेपणी तुम्ही ही कला विसरू लागलात. तेव्हा आता पुन्हा रोज नवीन प्रयोग करा. विद्यार्थी असाल तर शिकण्याच्या

नवीन पद्धती, नव्या उत्तमोत्तम ग्रंथांचं वाचन अशा बाबी अंगीकारा. नोकरदार असाल तर नवीन कामांची जबाबदारी स्वतःच्या खांद्यावर पेलण्याचं आव्हान स्वीकारा. व्यावसायिक असाल तर जोखिम पत्करण्याची तयारी ठेवा. गृहिणी असाल तर स्वतःची नवीन ओळख निर्माण करण्यासाठी नवं पाऊल उचला. लक्षात घ्या, तुम्ही जर साचेबद्ध चौकटीत राहाल, तर तुमचा आत्मविश्वास कधीच द्विगुणित होऊ शकणार नाही. रुळलेल्या वाटा सोडून नवे मार्ग चोखाळण्याचा प्रयत्न करा. नवीन कल्पना साकारण्यासाठी प्रयत्नशील व्हा. कारण नवीन मार्ग चोखाळताना तुम्हाला तुमच्या भीतीवर मात करावीच लागते आणि त्यातूनच आत्मविश्वास वृद्धिंगत होतो.

स्वतःला काही प्रश्न प्रामाणिकपणे विचारा-

- लोक काय म्हणतील, ही भीती माझ्या मनात कितपत खोलवर रुजलीय?
- आव्हानात्मक कार्य करण्याचं साहस माझ्यात खरंच आहे का?
- भयभीत होऊन जगण्यानं मी कोणत्या गोष्टी गमावू शकतो?

या प्रश्नांची उत्तरं मिळाल्यावर तुमच्यामध्ये पुढाकार घेण्याचं साहस संचारू लागेल. 'पुढाकार घेणं' म्हणजे एखाद्या कामाची जबाबदारी स्वतःहून स्वीकारणं! मग इतर लोक तुम्हाला सहकार्य करोत अथवा न करोत, तुम्ही मात्र त्या कामाला त्वरित सुरुवात कराल. परिणामी, तुमच्या मनात अद्भुत आत्मविश्वास निर्माण होईल. बरेच लोक केवळ काठावर बसून राहतात. कारण त्यांना वादळाची, लाटांची भीती सतावत असते. पण लक्षात घ्या, जीवनसागरात मनसोक्त डुंबल्यानेच तुमची भीती नाहीशी होईल. समुद्राच्या किनाऱ्यावर बसून तुम्हाला त्याच्या गर्भातील खजिन्याचा लाभ नक्कीच घेता येणार नाही. पण पुढाकार घेऊन जीवनसागरात उडी माराल, तर तुम्ही आपोआपच समुद्राचा तळ गाठू शकाल. पण बरेच लोक इतके घाबरतात, की ते पाण्यात उतरायला विलंब करतात. हा विलंब जितका वाढेल, तितकीच पाण्याच्या खोलीची भीतीही अधिक वाटू लागेल.

अगदी याप्रमाणेच, कोणतंही नवं काम करताना तुम्हाला आधी खूप भीती वाटेल. मनात नकारात्मक विचार येतील. पण संपूर्ण विश्वासानं कामाला सुरुवात करताच सर्व काही सुरळीतपणे पार पडेल.

एखादं नवीन काम सुरू करताना तुमचे डोळे आणि कान उघडे ठेवा, अर्थात अधिकाधिक सजग राहा. निसर्ग जीवनाचे पाठ देण्यासाठी आणि तुमचा निरंतर विकास करण्यासाठी वेळोवेळी संकेत पाठवत असतो. हे संकेत पारखण्याची, ओळखण्याची दृष्टी तुमच्याकडे असायला हवी. योग्य वेळी योग्य संकेतांवर काम केल्यानं आश्चर्यकारक यश मिळतं आणि जन्म होतो 'आत्मविश्वासा'चा!

जे लोक नियतीचे संकेत ओळखू शकत नाहीत, त्यांना अज्ञानाच्या सीमा कधीच ओलांडता येत नाहीत. परिणामी ते आत्मविश्वास गमावून बसतात. पण ज्या लोकांचा ज्ञानचक्षू उघडतो, त्यांना असामान्य यश प्राप्त होतं. म्हणूनच बेहोशीत जगू नका, जागृत व्हा! जीवनाच्या वाटचालीत मागे न राहता, आत्मविश्वासानं पुढील वाटचाल करा. भयभीत होऊन नव्हे, तर निर्भय होऊन जगा. आत्मविश्वासानं परिपूर्ण असलेला माणूस आयुष्यात एकदाच मरण पावतो, तर भित्रा माणूस एकाच जीवनात हजार वेळा मरतो.

'भीती' म्हणजे कल्पनाशक्तीचा दुरुपयोग होय. मनुष्य काही नकारात्मक कल्पना करून भयग्रस्त बनतो. परिणामी त्याचा आत्मविश्वास कमी होतो. खरंतर 'भीती' हा एक मानसिक रोग आहे, 'भीती' म्हणजे माणसाच्या अज्ञानाचं विकृत रूप होय. माणसाच्या तुलनात्मक मनाच्या अज्ञानाचा आविष्कार म्हणजे भीती!

या भीतीची सुरुवात तुमच्या विचारांपासूनच होते. आईवडिलांचं अज्ञान आणि पालन-पोषणातील चुका, यांमुळे मुलांच्या मनात भीती निर्माण होते. मग त्यांच्यामध्ये स्वतःबद्दल एक न्यूनगंड तयार होतो, त्यांचा आत्मविश्वास हरवतो. असं मूल मोठं झाल्यावरही भयाच्या भावनेसह जगू लागतं. शिवाय, कधी अफवांमुळे तर कधी अपघातांमुळेही भीतीचा जन्म होऊ शकतो.

पण तुमच्या मनात दडलेल्या या भीतीला कायमस्वरूपी पळवून, आत्मविश्वास मिळवता येतो. भीतीतून मुक्त होण्याचे दोन प्रकारचे उपाय आहेत- एक तात्पुरता आणि दुसरा चिरंतन, शाश्वत! तात्पुरत्या उपायांत धागेदोरे बांधणं, गंडा बांधणं, अंगारा लावणं, माळ घालणं यांसारख्या गोष्टींचा समावेश होतो. अशा गोष्टींनी तुम्हाला थोडा दिलासा मिळतो खरा, पण या गोष्टी हरवण्याची भीती मनात घर करते. त्यामुळे हे उपाय तात्पुरत्या स्वरूपाचे ठरतात. यासाठीच तुम्ही चिरंतन, शाश्वत, कायमस्वरूपी इलाजांकडे लक्ष द्यायला हवं.

भीती घालवण्याचा एक सहजसोपा उपाय आहे. तो म्हणजे - स्वरांच्या साहाय्यानं श्वासोच्छ्वास करणं! तुम्हाला इंग्रजीतले स्वर - A, E, I, O, U ठाऊक असतीलच, त्यांचा वापर करायचा आहे. तुम्हाला भीती वाटू लागली, की स्वतःच्या श्वासाचं निरीक्षण करा. तो नेहमीप्रमाणे सामान्य नसल्याची जाणीव तुम्हाला होईल. अशा वेळी तुमचा श्वास पुढे दिलेल्या प्रयोगानुसार बदलत गेलात, तर त्याच्या गतीबरोबर तुमची भीतीही नष्ट होईल.

या प्रयोगात तुम्ही एक दीर्घ श्वास घ्या. नंतर श्वास सोडताना, 'ए' या शब्दाचा उच्चार करा. जोपर्यंत श्वास पूर्णपणे बाहेर जात नाही, तोपर्यंत 'ए'चा उच्चार करत राहा. मग पुन्हा श्वास घेऊन, तो सोडताना परत 'ए'म्हणत राहा. असं तीन वेळा करा. त्यानंतरचा दीर्घ श्वास घेऊन बाहेर सोडताना 'ई'ध्वनीचा उच्चार करा. त्याचाही तीन वेळा उच्चार करा. याप्रमाणेच इतर स्वरांचा 'आय, ओ, यू' या स्वरांचाही तीन-तीन वेळा उच्चार करा. या श्वसन प्रयोगाच्या शेवटी तुमची भीती पूर्णपणे नाहीशी झाल्याचं तुमच्या लक्षात येईल. शिवाय, तुमचा श्वासही पूर्ववत सामान्य झालेला असेल. हा चिरस्थायी उपाय लक्षात ठेवलात, तर तुमच्या जीवनातून भीतीला हद्दपार कसं करायचं, ते समजेल. हा उपाय अमलात आणलात तर, तुमच्या आत्मविश्वासासमोर कोणतीही भीती टिकू शकणार नाही.

आता 'ए, इ, आय, ओ, यू' या अक्षरांचा अर्थ विस्ताराने जाणून घेऊया-

१. ए (A) आत्मविश्वास, आत्मबळ

भीतीला हद्दपार करण्यासाठी तुम्ही तीन पावलं उचलायची आहेत. ती पुढीलप्रमाणे-

पहिलं पाऊल - भीतीचा सामना करा :

आत्मविश्वास वृद्धिंगत करण्याची सर्वोत्तम पद्धत म्हणजे तुम्हाला ज्या कामांची भीती वाटते, प्रकर्षानं तीच कामं आधी करणं. ज्या गोष्टींची तुम्हाला भीती वाटते, त्यांची यादी करा आणि एकेक करून त्या गोष्टी करून पाहण्याचा प्रयोग करा. या प्रयोगात ज्यांची भीती वाटते, नेमकी तीच कामं तुम्ही करायची आहेत. जसं, मंचावर

भाषण करणं, वेळेआधी काम पूर्ण करणं, कुत्र्यासोबत खेळणं, अनोळखी व्यक्तीशी बोलणं, उंच जागी चढणं, शिक्षकांना प्रश्न विचारणं, एखाद्याच्या घरी मृत्यू झाल्यावर त्यांना भेटायला जाणं, अशा अनेक गोष्टींची भीती तुमच्या मनात असू शकते.

याशिवाय, तुम्ही यशस्वीरीत्या पार पाडलेल्या कामांचीही यादी बनवा, ज्या यशाचा आनंद तुम्ही अनुभवलेला असेल. ते अनुभव आठवल्यानं तुमच्यामध्ये आत्मविश्वासाची भावना वाढू लागते. हीच आत्मविश्वासाची भावना तुम्हाला कठीण काम करण्यासाठी प्रेरणादायी ठरते. अशा निरंतर सरावानं तुमच्यामध्ये साहस, दृढ विश्वास आणि पक्का निश्चय विकसित होतो. अशा प्रकारे तुम्ही भीतीशी दोन हात करू लागताच, एक गोष्ट तुमच्या लक्षात येईल. ती म्हणजे, मला वाटत होती तितकी ही गोष्ट मुळीच भीतीदायक नव्हती. Face the fear and there is no fear!

आत्मविश्वास वृद्धिंगत करण्यासाठीचं पहिलं पाऊल म्हणजे, ज्या गोष्टींची तुम्हाला भीती वाटते, त्याच गोष्टी पुनःपुन्हा करणं. भीती तुमच्या मनाचं दार ठोठावू लागल्यावर, तुम्ही दरवाजा उघडू नका. त्यावेळी तुमच्या आत्मविश्वासालाच दार उघडू द्या. विश्वासानं दार उघडल्यावर बाहेर कोणीच नसेल... कारण विश्वास आला, की भीती नाहीशी होते. प्रकाश आणि अंधार या जशा परस्परविरुद्ध गोष्टी आहेत, तसंच विश्वास आणि भीतीचंही आहे. प्रकाश उजळला की अंधार नाहीसा होतो. त्याप्रमाणेच विश्वास प्रकटला की भीतीचं अस्तित्व संपतं. भीती मनात प्रवेश करण्यासाठी दार ठोठावतेय हा तुमचा निव्वळ भ्रम होता, प्रत्यक्षात तिथं कुणीच नव्हतं. विश्वासानं दार उघडलं, तर तिथं भीतीचा लवलेशही नसतो.

या पहिल्या पावलावर तुमच्या अंतर्यामीचा विश्वास जागृत करायचा आहे. स्वतःला सांगा, 'माझ्याकडे इतकी जबरदस्त शक्ती आहे, त्यामुळे मला कशाचीच भीती बाळगण्याची गरज नाही.' तुमच्या अवतीभवती असलेले सर्वजण तुमचे शुभचिंतक, हितचिंतक आहेत. तुम्ही निर्भय आणि साहसी व्हावं म्हणून ते तुमच्या पाठीशी ठामपणे उभे आहेत. मग तुम्हाला घाबरण्याची गरजच काय? इतके सर्व प्रयोग केल्यानंतरही तुमची भीती जात नसेल, तर डायरीत एका डॉक्टरचं नाव, पत्ता लिहून घ्या. तुमचे प्रयोग अयशस्वी झाले तर त्या डॉक्टरांशी संपर्क साधा. लिहिलात का डॉक्टरांचा नाव आणि

पत्ता? तो लिहिताना डॉक्टरांच्या जागी तुमचं स्वतःचं नाव आणि पत्त्याच्या जागी तुमच्या घराचा पत्ता लिहा! आता समजलं? याचाच अर्थ, तुम्ही स्वतःच ते डॉक्टर आहात, जे सर्व प्रकारच्या भीतींवर इलाज करू शकतात. हाच डॉक्टर तुम्हाला भीतीपासून मुक्ती मिळवून देणार आहे. हाच डॉक्टर तुमच्यातील आत्मविश्वास वृद्धिंगत करून, तुम्हाला यशाच्या शिखराकडे नेणार आहे.

दुसरं पाऊल – भीतीविषयी संवेदनशून्य बना :

या दुसऱ्या पावलावर तुम्हाला भीतीदायक गोष्टींबद्दल संवेदनशील नव्हे तर संवेदनाशून्य व्हायचं आहे. त्यासाठी भीतीबद्दलची संवेदनाच तुमच्या मनात तयार होऊ द्यायची नाहीये. एखाद्या भीतीला वारंवार सामोरं गेल्यानं, तिच्याबद्दलच्या संवेदना बोथट होऊ लागतात. तुम्हाला ज्या गोष्टींची भीती वाटते, त्यांच्याबद्दल काळजी अवश्य घ्या, पण त्यांना घाबरू नका. केवळ दक्ष राहा. तुमच्या मनात ईश्वराबद्दल, शिक्षकांबद्दल, थोरामोठ्यांबद्दल भीती नसली तरी आदर मात्र अवश्य असायला हवा. अशीच दक्षता इतर गोष्टींबाबतही बाळगायला हवी. शिक्षक तुम्हाला अभ्यासात मदत करतात, त्यामुळे त्यांना तुमच्या शंका, प्रश्न मोकळ्या मनानं विचारा. तुम्ही असे छोटे-छोटे प्रयोग करायला सुरुवात केली, तरच इतरांबद्दल (शिक्षक, अनोळखी व्यक्ती, स्टेज, अंधार, इतर लोक यांची) वाटणारी भीती हळूहळू नष्ट होईल.

एखादी गोष्ट तुम्ही वारंवार करता, तेव्हा त्या गोष्टीबद्दल संवेदनाहीन (डिसेन्सटाईज) होता. जसं, आपल्या पायांचे तळवे जास्त मजबूत असतात. आपण अनवाणी चालतो तेव्हा तळव्याला दगड टोचत नाहीत, पण चुकून एखादा दगड पायाच्या वरच्या भागाला लागला, तर तो मात्र चांगलाच टोचतो. कारण पायांचा तळवा दगडांवर चालून चालून संवेदनाहीन झालेला असल्यानं मजबूत बनतो. अशा प्रकारे तुम्ही स्वतःची भीती घालवण्याचे प्रयोग वारंवार कराल तेव्हा त्या भीतीबद्दलच्या तुमच्या संवेदना बोथट होऊ लागतील. त्यानंतर अर्थातच तुमचं मन मजबूत, निर्भय होणार हे निश्चित! मग तुम्ही त्या भीतीलाच, 'तुला थांबायचं असेल तर खुशाल थांब, अन्यथा तू जाऊही शकतेस. तुझ्यामुळे मला काहीच फरक पडणार नाही,' असं ठणकावून सांगू शकाल. असं झाल्यानंतर तुमच्या मनात विविध प्रकारच्या भीती जरी निर्माण झाल्या, तरीही तुम्ही

तुमचं काम तसंच शांतपणे सुरू ठेवू शकाल. असं सहजतेनं होऊ लागलं, की वृद्धिंगत होईल तुमचा 'आत्मविश्वास'!

तिसरं पाऊल – भीतीवर मनसोक्त हसा :

तिसऱ्या पावलावर स्वतःच्या भीतीवरच मनमुराद हसा... (Laugh at your fears) तुम्हाला ज्या गोष्टींची भीती वाटते, त्या प्रत्यक्षात घडण्याची शक्यता किती टक्के आहे, याचं परीक्षण करा. या परीक्षणानं मिळालेलं ज्ञान तुमच्या अंतर्यामीचं सर्व भय दूर करून तुमचा आत्मविश्वास वाढवेल. समजा तुम्ही एखाद्या ठिकाणी इंटरव्ह्यूसाठी गेलात, तर घाबरण्याची काहीच गरज नाही. अशावेळी, 'जास्तीत जास्त काय होईल?' असा विचार करा. 'जास्तीत जास्त मला ती नोकरी मिळणार नाही, ती तर माझ्याकडे आधीपासून नव्हतीच!' अशा प्रकारे हसून आणि योग्य समजेनं तुम्ही भीतीतून मुक्त होऊ शकता.

या तीन पावलांचा संपूर्ण क्षमतेनं उपयोग करण्यासाठी एका मंत्राचाही उच्चार करायचा आहे. तो म्हणजे, **'मी ईश्वराची संपत्ती आहे. कोणतीही भीती मला स्पर्श करू शकत नाही.'** तुम्ही पूर्ण भरवसा ठेवून विशिष्ट पद्धतीनं या मंत्राचा पुनरुच्चार करा. या मंत्राचे शब्द तुमच्यामध्ये आत्मविश्वासाचे तरंग नक्कीच निर्माण करतील. हा मंत्रोच्चार वारंवार केल्यानं तुमच्या अंतर्यामीचे नकारात्मक विचार हळूहळू कमी होऊ लागतील. कारण मनात एकाच वेळी दोन विरुद्ध प्रकारचे विचार राहू शकत नाहीत. तुमच्या मनात एकतर भयाचा विचार असेल किंवा साहसाचा (आत्मविश्वासाचा) विचार असेल. अंधार किंवा प्रकाश, या दोघांपैकी एकाच गोष्टीचं अस्तित्व टिकू शकतं.

२. ए- ऐलान-ए-जंग

ऐलान म्हणजे घोषणा आणि जंग म्हणजे युद्ध. तुम्हाला युद्धाची घोषणा करायचीये, 'मला स्वतःच्या अमुक अमुक भीतीपासून मुक्ती मिळवायची आहे.' या युद्धात ढाल-तलवारी घेऊन मैदानात उतरायचं नाहीये, तर किती अवधीत स्वतःच्या भीतीचा बीमोड करणार, याचं प्लॅनिंग करायचं आहे. तुम्हाला एखाद्या विशिष्ट भीतीविरुद्ध युद्धाची घोषणा करायची असेल तर त्यासाठी एक निश्चित कालावधी निर्धारित करा, त्या ठरवलेल्या वेळेत तुमच्या भीतीचा पराभव करा, तिला नष्ट करा.

जसं तुम्हाला पालीची भीती वाटत असेल तर एका महिन्यात ती भीती नष्ट होईल असा निश्चय करा. चारचौघांत बोलण्याची भीती वाटत असेल, तर सहा महिन्यांत सराव करून तुमचं भय संपवा. असे ठाम निर्णय घेऊन ते अमलात आणणं म्हणजे ऐलान-ए-जंग! तुम्ही निर्धारित केलेल्या वेळेत भीतीपासून मुक्त व्हा. असं केल्यानं तुमची सर्व भीती नष्ट होऊन, आत्मविश्वास सहजरीत्या वृद्धिंगत होऊ लागेल.

३. I (Intuition) अंतःप्रेरणा

इन्ट्यूशन म्हणजे अंतर्मनातून मिळणारी प्रेरणा, हृदयातून (तेजस्थानातून) मिळणारी प्रेरणा! ट्यूशन म्हणजे ज्ञान, मार्गदर्शन मिळण्याची जागा. तुमच्या जीवनात तुम्हाला बाह्य जगातून बरंचसं ज्ञान मिळत असतं. पण या बाह्य जगाच्या ज्ञानाबरोबरच तुमच्या अंतर्यामीची ट्यूशन घ्यायची आहे, म्हणजेच स्वतःच्या अंतर्मनाचं मार्गदर्शन आपल्याला घ्यायचं आहे. समजा, तुम्ही अंधार पडल्यावर एखाद्या नव्या जागी जाणार असाल, तर स्वतःलाच विचारा, 'मी तिथं जाऊ की नको?' त्यावर तुम्हाला अंतर्मनाचं मार्गदर्शन नक्की मिळेल. कारण या अंतर्मनामध्ये असतो त्या परमचैतन्याचा वास! या परमचैतन्याकडूनच तुम्हाला मार्गदर्शन मिळतं. मग ते ठिकाण धोकादायक असेल, तर तुम्हाला अंतःप्रेरणा मिळेल, 'तिथं जाऊ नकोस.'

आता तुम्ही एखाद्या इंटरव्ह्यूमध्ये फेल झालात तरी घाबरणार नाही. कारण तुमच्यामधील परमचैतन्य मार्गदर्शन करत असेल, 'अद्याप अनेक दरवाजे तुझ्यासाठी उघडणार आहेत. ही एक नोकरी मिळाली नाही म्हणून काय झालं, इतर अनेक नोकऱ्या तुझी वाट पाहतायत.'

अशा प्रकारे तुमच्या विचारांना अंतःप्रेरणेच्या शक्तीनं, समजेनं जे काही ज्ञान प्राप्त होईल, त्याचा उपयोग करून घ्या.

४. O (Oath) शपथ

प्रत्येक माणसानं 'मला प्रत्यक्ष मृत्यू येण्याआधी मी कधीच मरणार नाही' अशी शपथ घ्यायला हवी. अन्यथा बहुतांशी लोक मृत्यू येण्याआधीच मरतात. म्हणजेच ते भयाच्या छायेतच आपलं जीवन व्यतीत करतात. हे लोक आपलं आयुष्य मुक्तपणे न

जगता, भीतीपोटी रोजच मरण पावतात. तुम्ही स्वतःसाठी 'मी आयुष्यात भीतीपोटी दररोज मरणार नाही' अशी शपथ घ्या. शपथेनं तुमच्या मनातील भीती पळून जाईल आणि आत्मविश्वास वाढू लागेल.

५. U (Understanding) समज

अण्डरस्टँडिंग म्हणजे समज! या शेवटच्या पावलावर तुम्हाला समज प्राप्त करायची आहे. एखादी घटना घडली की स्वतःलाच प्रश्न विचारा, 'मी याचा स्वीकार करू शकतो का?' हा प्रश्न तुम्हाला ती घटना स्वीकारण्यास मदत करेल आणि तुमची भीती सहजपणे दूर होईल. आपल्या जीवनात घडणारी प्रत्येक घटना ईश्वराच्या दिव्य योजनेनुसारच घडत असते, ही समज बाळगलीत तर तिचा स्वीकार तुम्ही सहजपणे करू शकाल. त्यामुळे कोणत्याही घटनेमागचा कार्यकारण भाव समजून घेता येईल. ही समज बाळगल्यानं, भीती आपोआपच नाहीशी होईल.

तुम्हाला महान यश मिळवायचं असेल तर 'मी अपयशी तर होणार नाही ना' असं भय मुळीच बाळगू नका. तुमची भीतीच आत्मविश्वासात अडथळा आणते. आत्तापर्यंत सांगितलेली 'ए, इ, आय, ओ, यू' ही पाच पावलं नीट लक्षात ठेवलीत तर तुम्ही भयातून मुक्त व्हाल हे निश्चित! मग तुमचा आत्मविश्वास वृद्धिंगत होणारच याची खात्री बाळगा.

अपयशाच्या भीतीनं प्रयत्नांची कास सोडू नका. तुम्ही प्रयत्न करायचे सोडलेत तर मात्र अपयशाचे धनी व्हाल, हे लक्षात ठेवा. जोवर तुमचे प्रयत्न बंद झालेले नाहीत, तोवर तुम्ही अपयशी, अयशस्वी नाही, हे नक्की! नेहमी सुरक्षिततेच्या कोशात जगणारे लोक, यशाचं शिखर कधीच गाठू शकत नाहीत. निर्भय लोकांचं एक सूत्र कायम ध्यानात ठेवा, 'जोखीम घ्यायची खूपच भीती वाटत असेल तर ताबडतोब ती जोखीम पत्करा.' या धोकादायक परिस्थितीवर मात करूनच भीती नष्ट होते आणि आत्मविश्वास बळावतो. अशा प्रकारे भीतीला सामोरं गेल्यानंतरच तुम्हाला कळतं, की खरंतर ती भीती अस्तित्वातच नव्हती. (Face the fear and there is no fear)

तुम्ही स्वतःला एक प्रश्न नेहमी विचारत राहा, 'मी कार्यप्रवृत्त होण्यासाठी कोणती गोष्ट कारणीभूत आहे, 'जिंकण्याची प्रेरणा' की 'हरण्याची धास्ती'?' विजयाचा आनंद

आत्मविश्वास वृद्धिंगत करण्याची सर्वोत्तम पद्धत म्हणजे तुम्हाला ज्या कामांची भीती वाटते, प्रकर्षानं तीच कामं आधी करणं. ज्या गोष्टींची तुम्हाला भीती वाटते, त्यांची यादी करा आणि एकेक करून त्या गोष्टी करून पाहण्याचा प्रयोग करा.

तुम्हाला प्रेरित करत असेल, तर तुम्ही प्रत्येक भीतीचा सामना करू शकता, असा विश्वास बाळगा. याउलट हरण्याची भीती जास्त वाटत असेल, तर तुमचं शक्तिशाली लक्ष्य सदैव स्मरणात ठेवा. तुमच्या लक्ष्याची आठवण ठेवल्यानं, भीतीचा मुकाबला करण्याची शक्ती जागृत होते. आत्मविश्वास प्राप्त करण्यासाठी सदैव स्वतःचं लक्ष्य डोळ्यांसमोर असू द्या. त्यासाठी तुमचं लक्ष्य थोडक्यात, मोजक्या शब्दांमध्ये सर्वत्र लिहून ठेवा. मग तो आरसा असो वा टूथब्रश, तुमचं घड्याळ, मोबाईल असो किंवा गाडी. या सर्व वस्तूंवर तुमचं लक्ष्य लिहून ठेवल्यानं, त्याची कायम आठवण राहील. लक्ष्याची ही आठवणच तुम्हाला निर्भय बनवून, तुमच्याकडून कार्य करवून घेईल.

मनन करण्यायोग्य गोष्टी

- तुमच्या अंतर्यामीच्या भीतीलाच आत्मविश्वासाची शिडी बनवा.
- लोक काहीही म्हणोत, आत्मविश्वास वृद्धिंगत करण्यासाठी नवनवीन प्रयोग करणं कधीच थांबवू नका.
- लक्षात घ्या, जीवन सागरात मनसोक्त डुंबल्यानेच तुमची भीती नाहीशी होईल. समुद्राच्या किनाऱ्यावर बसून तुम्हाला त्याच्या गर्भातील खजिन्याचा लाभ नक्कीच घेता येणार नाही.
- तुमच्या अंतर्यामी विविध कारणांनी भीती निर्माण होते. पण सततच्या अभ्यासानं त्या कारणांवर मात करून तुमचा आत्मविश्वास वाढवता येतो.
- मी ईश्वराची संपत्ती आहे. कोणतीही भीती मला स्पर्श करू शकत नाही.

१४

भीतीला करा कायमचा बाय-बाय
भाग - २

लोक काय म्हणतील

'लोक काय म्हणतील' या भीतीमुळे विश्वातील असंख्य महान कामं अपूर्ण राहिली आहेत.

भारत देशाच्या शोधार्थ निघालेल्या कोलंबसनं लोकांच्या बोलण्याकडे लक्ष दिलं असतं, तर अमेरिकेचा शोध घेण्याचं कार्य कधी पूर्ण झालं असतं का? असा अमेरिका देश ज्यानं आज साऱ्या जगाचं लक्ष आपल्याकडे वेधून घेतलं आहे, जो कधी काळी लुप्त होता.

'हा लंबू फिल्म इंडस्ट्रीत हिरो कसा बनेल?' असं म्हणून सुप्रसिद्ध चित्रपट अभिनेता अमिताभ बच्चन याला सतत हिणवलं जायचं. परंतु त्याने लोकांच्या टीकेकडे सतत दुर्लक्ष केलं आणि ठरवलेल्या उद्दिष्टाप्रत पोहोचण्यासाठी जिवापाड मेहनत केली. अन्यथा आज चित्रपटसृष्टी एका महान कलाकाराला मुकली असती.

'व्यावसायिक गायकी हा काही पोरखेळ नव्हे' अशी अपमानास्पद टिप्पणी लता मंगेशकर यांच्या कारकिर्दीच्या सुरुवातीच्या काळात लोक करत असत. परंतु त्यांनी लोकांचं म्हणणं फारसं मनावर घेतलं नाही. म्हणून तर आज संपूर्ण विश्व गानकोकिळेच्या मधुर स्वरांचा स्वाद घेतंय.

'माणसानंही पक्ष्यांप्रमाणे उडायला हवं, ही शेखचिल्ली कल्पना आहे. केवळ पक्षीच उडू शकतात, माणसाला ते कदापि शक्य नाही,' असं म्हणून विमानाचा शोध लावणाऱ्या राइटबंधूंना नाउमेद करण्याचा प्रयत्न कित्येक लोकांनी केला. परंतु लोकांच्या प्रतिक्रियेला न जुमानता त्यांनी आपलं संशोधन चालूच ठेवलं आणि अखेर विमानाचा शोध पूर्ण झाला.

सुधा चंद्रन या प्रसिद्ध नृत्यांगनेबद्दल असं सांगितलं जातं, की अपघातामध्ये त्यांचा एक पाय तुटला. त्यानंतर लोकांनी त्यांना कायम स्वरूपी नृत्य बंद करण्याचा सल्ला दिला. परंतु लोकांच्या सल्ल्याकडे काणाडोळा करून त्यांनी कृत्रिम पाय बसवून घेतला आणि अपार जिद्दीच्या, निरंतर अभ्यासाच्या जोरावर नृत्यकलेत अलौकिक यश संपादन केलं. पाय असो वा नसो, त्याने नृत्य करण्यात कसलाच अडथळा येत नाही, हेच जणू त्यांनी जगाला दाखवून दिलं.

'बस चालवणं तुमचं काम नाही' अशा शब्दांत पहिल्या महिला बस ड्रायव्हरची टर उडवली गेली. परंतु तरीही न डगमगता तिनं ठरवलेल्या कार्याला सुरुवात केली, जी पुढे कित्येक महिलांसाठी आदर्श उदाहरण ठरली. तुम्हीदेखील अशाप्रकारे निर्भय बनण्याची मशाल घेऊन मार्गक्रमण करू शकता.

या सर्व उदाहरणांवरून एकच गोष्ट प्रामुख्यानं निदर्शनाला येते, ती म्हणजे या लोकांनी अपयशाचं भय बाळगून हाती घेतलेलं काम कधीही बंद केलं नाही. उलट प्रतिकूल परिस्थितीत देखील घाबरून न जाता असामान्य यश प्राप्त केलं आणि ते इतरांसाठी प्रेरणा बनले. याचं कारण एकच, ते म्हणजे आत्मबळ. त्यांना आतूनच एक अशी शक्ती जाणवायची, ज्यामुळे ते योग्य कृती करण्यासाठी प्रवृत्त व्हायचे. ही शक्ती म्हणजेच 'आत्मबळ' होय. त्यांनी दिखावटी अपयशाकडे पूर्णपणे दुर्लक्ष केलं. वेळोवेळी अचूक निर्णय घेऊन आपल्या उद्दिष्टपूर्तीसाठी योग्य दिशेनं मार्गक्रमण केलं.

अशाप्रकारे आपल्या लक्ष्यपूर्तीचा निर्धार पक्का असेल, तर माणूस कोणतेही बहाणे न देता सफलतेचं गीत गात राहील. अन्यथा, 'मला तर खूप काही करायचं होतं. पण त्यासाठी कोणी प्रोत्साहनच दिलं नाही. उलट, 'तुझ्याच्यानं हे होणार नाही. तू हे करू शकणार नाहीस, असं म्हणून मला नाउमेद केलं. मग मी हताश होऊन सारे प्रयत्न सोडून दिले' असं तो सांगत राहील.

लोक ज्योतिषांच्या नादी लागून, 'माझ्या जीवनात या या गोष्टी होणार आहेत... माझ्या नशिबात याच गोष्टी आहेत...' अशी स्वतःची ठाम समजूत करून घेतात. मग त्यांचं विचारचक्रदेखील त्याच दिशेनं फिरत राहतं. परिणामी त्याच गोष्टी त्यांच्या जीवनात आकृष्ट होतात. अशाप्रकारे ते स्वतःच आपल्या पायावर कुऱ्हाड मारून घेतात.

काही वर्षांपूर्वी एक प्रयोग करण्यात आला. सुप्रसिद्ध चित्रपट अभिनेता अमिताभ बच्चन यांची जन्मकुंडली वेगवेगळ्या नावानं चार ज्योतिषांना दाखवली गेली. चारही ज्योतिषांनी वेगवेगळं भविष्य वर्तवलं. एकजण म्हणाला, "हा माणूस चित्रपटसृष्टीत यश प्राप्त करू शकणार नाही." दुसरा म्हणाला, "यानं एखाद्या व्यवसायात उतरायला हवं." तिसरा म्हणाला, "चित्रपटसृष्टीतच कार्य करायचंय, तर फिल्म मार्केटिंगमध्ये नशीब अजमवायला हवं." परंतु वास्तव काय आहे, हे आपण जाणताच. म्हणून आपल्या भविष्याला आकार द्यायचा असेल, तर स्वतःशिवाय कोणताही ज्योतिषी उपयोगी पडत नाही, हेच यावरून दिसून येतं.

समाजात वायफळ बडबड करणारे खूप लोक आहेत. हे तथाकथित ज्ञानी काम कमी आणि व्यर्थ बडबडच जास्त करतात. ते स्वतःही काही करत नाहीत आणि एखादा काही चांगलं करू इच्छित असेल, तर 'हे तर अशक्य आहे... हे खूप कठीण आहे... हे होऊ शकणार नाही...' असं म्हणून त्याचंही मनोबल खच्ची करतात. लोकांना भयभीत करणं हेच यांचं काम असतं. अशा लोकांच्या मताला कधीही बळी पडू नये. कारण सफलता प्राप्त करण्यासाठी तुम्ही सलमान किंवा शाहरुखप्रमाणे सुपरस्टार असण्याचीच गरज नसते, हीच तुमच्यासाठी गुड न्यूज आहे. लक्षात घ्या, यशस्वी होण्यासाठी तुम्ही अमिताभ बच्चन असायला हवं, असं मुळीच नाही. विश्वसुंदरी न बनतादेखील तुम्ही सुंदर भविष्य निर्माण करू शकता.

भविष्य सुंदर कसं बनेल? भविष्य सुंदर बनवायचं असेल, तर वर्तमानात राहून हृदयाद्वारे (तेजस्थानाद्वारे) मार्गदर्शन घ्यायला हवं. बाह्य परिस्थिती कितीही प्रतिकूल असली तरी अशा परिस्थितीत 'हे शक्य नाही', असं तुम्हाला कदाचित वाटेलही; परंतु काहीही झालं, तरी वर्तमानात सर्वोत्तम बीज टाकण्याचं काम आपल्याला अविरत करायचं आहे. एखादी परीक्षा द्यायची असेल, तर वर्तमान समयी त्याची चांगली तयारी करायला हवी. त्यासाठी कसून अभ्यास करायला हवा. एखादा कार्यक्रम पार पाडण्याची जबाबदारी घेतली असेल, तर ती अतिशय चांगल्या प्रकारे पूर्ण करा. वर्तमानात बेस्ट बीज टाकण्यात कुठलीही उणीव ठेवली नाही, तर भविष्य स्वतःच त्याची काळजी घेईल.

हृदयाद्वारे मिळणाऱ्या मार्गदर्शनानुसार मार्गक्रमण केलं, तर सहजतेनं यश प्राप्त होईल. मग तुम्ही बहाणे न देता सफलतेचं गीत गुणगुणाल-

'हम होंगे कामयाब, हम होंगे कामयाब,

हम होंगे कामयाब बहुत जल्द... हो... हो...

मन में है विश्वास, पूरा है विश्वास,

हम होंगे कामयाब जल्द ही.'

तुम्हाला सहजतेनं सफलता मिळत नसेल, तर यश मिळवण्याची जिद्द कैक पटींनी वाढवा. समज आणि कठोर परिश्रम यांच्या बळावर तुम्ही तुमचं भविष्य सुंदर बनवू शकता. ही कला वर्तमानात शिकायला मिळते. कारण उज्ज्वल भविष्यापर्यंत पोहोचण्याचा मार्ग वर्तमानात जगल्यानेच स्पष्ट दिसतो.

अभय होण्याचं गुपित

संपूर्ण सफलता प्राप्त करण्यात सर्वांत मुख्य बाधा आहे 'भय'. 'लोक काय म्हणतील' याची भीती. भीतीमुळे माणूस मोकळेपणानं जीवन जगू शकत नाही. केवळ भयामुळेच माणूस आपल्यातील सुप्त शक्ती प्रकट करण्यापासून वंचित राहतो. म्हणून कधीही भयभीत होऊन जगू नका, तसंच भित्र्या लोकांच्या बोलण्याला बळी पडू नका आणि अपयशाच्या भीतीनं प्रयत्न करणंही थांबवू नका. तुम्ही प्रयत्न बंद केल्यानेच अयशस्वी होता, हे वास्तव आहे. जोपर्यंत तुमचे प्रयत्न चालू आहेत तोपर्यंत तुम्ही

अपयशी ठरणार नाही. जसं, लता मंगेशकर, अमिताभ बच्चन यांना लोकांनी सुरुवातीला कमी लेखलं, तसंच ते तुम्हालाही हीन समजतील. पण लोकांचं बोलणं फारसं मनावर न घेता आपले प्रयत्न सतत सुरू ठेवा. आता आपण अशा प्रकारच्या भयांपासून मुक्त होण्यासाठी काही रहस्यं जाणून घेऊ या.

लोक काही ना काही म्हणत राहतील, तरीपण...

आपण जेव्हा एखादं नवीन काम हाती घेतो, तेव्हा त्याविषयी मनामध्ये थोडी भीती निर्माण होणं साहजिक आहे. अशावेळी, 'मला ही भीती का वाटतेय... अशी भीती वाटायला नको होती...', असा विचार करणं चुकीचं आहे. ही आपल्या मनाची सवय आहे. कुठल्याही कामात काही ना काही अटी लादणं, कारणं देणं ही मनाची सवय आहे. आपल्याला याच मनाला, कोणत्याही कारणाशिवाय यशस्वी होण्याचं प्रशिक्षण द्यायचं आहे. म्हणून आता आपल्याला 'तरी देखील' हे शब्द लक्षात ठेवायचे आहेत. भीती वाटत असतानाही आपण जितकं काम करू शकतो, तितकं करायचंच आहे. अशा वेळी मनाला सांगायचं, 'तुला जितकं शक्य आहे, तितकं तू करून दाखव. या कामाची भीती वाटत असली तरी तू ते करण्यासाठी दोन पावलं उचलू शकतोस का?' अशा प्रसंगी मन जर राजी झालं तर लगेच कामाला सुरुवात करा आणि जर नकार आला, तर त्वरित सजग व्हा.

जगात आजपर्यंत ज्या लोकांनी महान यश संपादन केलंय, त्यांच्या मनातदेखील कार्यारंभी भीतीची भावना होती. परंतु त्यांनी त्यावर मात करून निर्धारानं आपली वाटचाल सुरू ठेवली. म्हणूनच ते यशस्वी झाले. यासाठीच तुमच्या मनात भयाची भावना प्रबळ होताच शक्य तितकं कार्य करायचं आहे.

लोक तुम्हाला काय म्हणतात, याकडे नेहमी दुर्लक्ष करा. अशा वेळी तुम्ही स्वतःशी काय बोलायला हवं, हे समजून घ्या.

दररोज रात्री झोपताना स्वतःला काही सूचना द्या. या स्वयंसूचना तुमच्यात दबून बसलेली भीती बाहेर काढण्यासाठी मदत करतील.

१. 'मी साहसी आहे, कारण मी भीतीला घाबरणं बंद केलंय.'

२. ‘माझ्या जीवनात चांगले आणि साहसी लोक येत आहेत.’

३. ‘मी ईश्वराचा विद्यार्थी आहे, त्यामुळे कोणतीही परीक्षा मला नापास करू शकत नाही.’

४. ‘ईश्वराची अनंत शक्ती मला सर्व दिशांनी आणि विविध पद्धतींनी मार्गदर्शन करतेय.’

५. ‘जी समस्या मला मारून टाकत नाही, ती आणखी कणखर बनवते.’

अपयशाविषयीचं अज्ञान दूर करा

अपयशाविषयी अज्ञान असेल, तर ते माणसाच्या मनात असुरक्षिततेची भावना निर्माण करतं. अनेकांच्या मनात अपयशाविषयीच अज्ञान खोलवर रुजलेलं असतं. यश मिळण्यापूर्वी त्यांच्या मनात, ‘मी अयशस्वी तर होणार नाही ना... करायला जायचो एक आणि व्हायचं भलतंच...’ ‘मग मी लोकांना काय सांगू...’ अशाप्रकारचे संवाद चाललेले असतात. अशा अज्ञानयुक्त विचारांमुळे कित्येक वेळा त्यांच्या पदरी अपयशच पडतं. इतकंच नव्हे, तर ते शरीर हत्या (आत्महत्या) करायला देखील प्रवृत्त होतात.

अपयश आणि शरीर हत्या या गोष्टींचे विचार हातात हात घालूनच येत असतात. अपयशाविषयीचं अज्ञान संपुष्टात आलं, तर आज जे शेतकरी आत्महत्या करत आहेत, तेदेखील थांबवणं सहज शक्य होईल. जीवनरूपी तराजूमध्ये एका पारड्यात जीवन आणि दुसऱ्यात अपयश ठेवलं, तर जीवन अपयशाच्या कैक पटींनी भारी आहे, ही समज शरीरहत्या करणाऱ्यांना मिळायला हवी. जीवन आपल्याला काही शिकण्यासाठी मिळालं आहे. म्हणून शेतकरी असो वा सामान्य माणूस, प्रत्येकानं ‘सदैव पुढे वाटचाल करणं माझ्यासाठी सुरक्षित आहे आणि हीच ईश्वराची इच्छा आहे’ हेच वाक्य वारंवार उच्चारायला हवं.

यशस्वी मनुष्य कधीही नकारात्मक वाक्यांचं उच्चारण करत नाही. त्याचे विचार नेहमी सकारात्मक असतात. म्हणूनच अपयश आले तरी त्याच्या मनात असुरक्षिततेची भावना निर्माण होत नाही.

अपयशाला असुरक्षित मानून नवीन प्रयोग करणं कधीच थांबवू नका. शिवाय,

नवनव्या गोष्टी शिकायच्या कधीही बंद करू नका. प्रत्येक प्रयोगात तुम्ही सफल होता, की असफल; ही दुय्यम बाब आहे. मात्र या प्रयोगांतून तुम्ही काय शिकलात हे अधिक महत्त्वपूर्ण आहे. अयशस्वी होण्याच्या भीतीमुळे एखाद्यानं नवीन प्रयोग करायचं सोडून दिलं तर तो शिकणार तरी कसा? मनुष्याच्या जीवनात येणाऱ्या समस्या सर्जनशील मार्गानं सोडवणं म्हणजेच निरनिराळे प्रयोग करणं होय. कठीण प्रसंगांमध्ये तावून सुलाखून निघाल्यानंतरच मनुष्यात सुधारणा होते.

नव्या विचारांनी नवीन भविष्य घडवा

आजपर्यंत तुमच्या पदरी जर अपयश आलं असेल, तर यापुढेदेखील अपयशच येईल, या भ्रमातून त्वरित मुक्त व्हा. अपयशाचे अनुभव माणसाच्या मनात कायमचं घर करून बसतात. त्यामुळे त्यांच्या मनात अपयशाविषयीचं भय ठाण मांडून बसतं. अनवधानाने आणि अजाणतेपणी माणूस अपयशच आकर्षित करतो. म्हणून या दुष्टचक्रातून शक्य तितक्या लवकर बाहेर पडायला हवं.

ज्या कामामुळे काही फायदा होत नाही, ते काम व्यर्थ गेलं, अशी माणसाची धारणा असते. परंतु कोणतंही काम कधीही वाया जात नाही. ही समज माणसानं सदैव स्मरणात ठेवायला हवी. प्रत्येक कामातून मनुष्याला काही अनुभव मिळतो आणि त्याद्वारेच त्याला प्रशिक्षण मिळत असतं. हे प्रशिक्षणच त्याच्यात सफलता प्राप्त करण्याची पात्रता निर्माण करतं.

सदैव 'आहे'च्या भावनेत राहा

या भावनेत एक जबरदस्त शक्ती आहे, जी तुम्हाला कित्येक भयांपासून दूर ठेवते आणि भय दूर होताच यश आपल्या निकट येतं. बऱ्याच वेळा लाख प्रयत्न करूनही मनुष्य त्याला हवं ते मिळवू शकत नाही. कारण अशा वेळी त्याच्या अंतःकरणात 'नाही'ची भावना घर करून बसलेली असते. या भावनेमुळेच त्याच्याकडे येणाऱ्या कित्येक गोष्टी थांबून राहतात. मात्र 'आहेची भावना' यासाठी चुंबकाचं कार्य करते.

एका माणसाला नोकरी नव्हती. म्हणून त्यानं कित्येक ठिकाणी अर्ज केले, परंतु त्याला कुठूनही मुलाखतीसाठी कॉल येत नव्हता. महत्प्रयासानं त्याला एक साधारण नोकरी

मिळाली. 'काहीच नसल्यापेक्षा बरं' असा विचार करून त्याने ते काम पत्करलं. बस! इथून त्याच्या जीवनात आश्चर्यकारक घटनांची सुरुवात झाली. आता त्याला कित्येक ठिकाणी मुलाखतीसाठी बोलावण्यात आलं. नोकरीची नियुक्ती-पत्रं मिळू लागली.

एक साधारण नोकरी मिळताच त्याच्यात 'नाही'चा भाव बदलून आता 'नोकरी आहे' ही भावना मनात प्रबळ झाली. या भावनेमुळेच तो निश्चिंत झाला. या भावनेनं त्याच्या जीवनात चुंबकाचं कार्य केलं, म्हणून त्याला इतर ठिकाणाहून नोकरीसाठी कॉल आला. यावरूनच 'आहे'च्या भावनेचं महत्त्व लक्षात येतं.

एका स्त्रीला मूलबाळ होत नव्हतं. त्यासाठी तिने किती तरी उपचार केले, परंतु तिला त्यात यश आलं नाही. म्हणून तिनं एक मूल दत्तक घेतलं आणि काय आश्चर्य, काही दिवसांनी तिला स्वतःलाच मूल झालं. याचं कारण म्हणजे मूल दत्तक घेतल्याने 'नाही'ची भावना बदलून 'आहे'ची भावना प्रबळ झाली. अशा प्रकारच्या कित्येक चमत्कारिक घटना आपण ऐकल्या असतील.

आता तुम्ही एक प्रयोग करून पाहा. तुमच्या मित्रपरिवारात एखाद्याला नोकरी नसेल, तर त्याला दर महिन्याला काही विशिष्ट रक्कम वेतन म्हणून द्या. त्यामुळे त्याच्या मनात 'माझ्याकडे नोकरी असून मला नियमितपणे पगारही मिळतोय', ही सकारात्मक भावना प्रबळ होईल. मग हीच भावना त्याला कार्यप्रवृत्त होण्यासाठी प्रेरित करेल. परिणामी काही दिवसांतच त्याला नोकरी लागेल.

विश्वातील प्रत्येकाला नोकरीच काय पण त्याला जे हवंय ते तो प्राप्त करू शकतो. गरज आहे ती केवळ निसर्गाची देण्याची पद्धत जाणण्याची... हे विश्व कशाप्रकारे कार्यरत आहे... सगळं कसं व्यवस्थितपणे चाललंय... यामागे कोणतं रहस्य दडलंय? याचं उत्तर आहे, 'अभय बना आणि 'आहे'ची भावना बाळगा.'

मनन करण्यायोग्य गोष्टी

▶ 'लोक काय म्हणतील' ही भीती मला कधी सतावते?

▶ माझं मन 'नाही'च्या भावनेत कधी असतं?

१५

श्रद्धेचं बीज रुजवा

आत्मविश्वासाचा तिसरा शत्रू - अंधविश्वास

आत्मबळाचा अभाव असणाऱ्या लोकांसाठी राशिभविष्य, नक्षत्र, उपासतापास यांसारख्या गोष्टी म्हणजे एक दिलासा असतो. पण अशा लोकांनी विचारांनादिशा देण्याचं महत्त्व जाणून सर्व कर्मकांडांतून मुक्त व्हायला हवं.

श्रद्धा आणि अंधविश्वास (अंधश्रद्धा) या दोन्ही परस्परविरोधी संकल्पना आहेत. श्रद्धा म्हणजे, 'विश्वास + आदरयुक्त प्रेम'! याउलट अंधश्रद्धेचा अर्थ होतो, 'अज्ञानयुक्त विश्वास + अंध प्रेम'.

बऱ्याचदा अंधश्रद्धेच्या जाळ्यात अडकून लोक आत्मबळ हरवून बसतात. त्यांचा स्वतःपेक्षा, स्वतःच्या गुणांपेक्षा अंधश्रद्धांवर आणि चुकीच्या धारणांवर अधिक विश्वास असतो. जसं एखाद्याची धारणा असते, 'अमुक रंगाचा शर्ट घालून इंटरव्ह्यूला गेल्यावरच मला नोकरी मिळते. अन्य कोणताही रंग माझ्यासाठी लकी नाहीये.' अशा मनुष्याला स्वतःचं कौशल्य, क्षमता आणि

आत्मविश्वास यांपेक्षा विशिष्ट रंगावरच अधिक भरवसा असतो. अशा माणसांचं आयुष्य विश्वासाच्या पायावर नव्हे तर चुकीच्या धारणा आणि अंधविश्वासाच्या भरवशावर उभं असतं.

अंधश्रद्धा आणि चुकीच्या धारणांच्या पायावर जीवन जगणाऱ्या लोकांचा विश्वास नेहमी डगमगत असतो. एखाद्या माणसाचा कुणीतरी दिलेल्या ताइतवर इतका विश्वास असतो, जणू तो ताईत म्हणजे त्याचं संरक्षक कवच बनतो. पण त्याच्या मनात कायम भीती असते, 'माझा हा ताईत हरवणार तर नाही ना?' त्याचा बराचसा वेळ तो ताईत सांभाळण्यातच खर्ची पडतो. आता तुम्हीच ठरवा, 'कोण कोणाचं रक्षण करतोय?' तो ताईत त्या माणसाच्या संरक्षणाचं काम करतोय की तो स्वतःचं स्वातंत्र्य गमावून त्या ताइताचं रक्षण करतोय?

या उदाहरणातून योग्य बोध घ्यायला हवा. तुमच्या विश्वासाची पायाभरणी बळकट करून, अंधश्रद्धेच्या बेड्या तोडून स्वतंत्रपणे जगायला शिका. त्यामुळे तुमच्या अंतर्यामी अढळ विश्वास निर्माण होईल, ज्या आधारे तुमची सर्व कार्ये सुरळीतपणे पार पडतील.

अंधविश्वासामुळे आत्मबळ हरवतं

वास्तुशास्त्र, ज्योतिषशास्त्र, जेमॉलॉजी, अंकशास्त्र (न्यूमरॉलॉजी), नक्षत्रं, क्रिस्टल, फेंगशुई यांमागे विज्ञान असलं, तरी हीच शास्त्रं आज लोकांच्या अंधश्रद्धेसाठी कारणीभूत ठरली आहेत. उदाहरणार्थ, एखाद्याचं दुकान किंवा घर असेल, तर तो विचार करतो, दरवाजा पूर्वेला करू की पश्चिमेला? गाडीचा नंबर कोणता असावा? लग्न करताना मुलाची/मुलीची कुंडली कशी आहे? अंगठी कोणत्या खड्याची घालावी? नवीन कामाला सुरुवात करण्यासाठी शुभ मुहूर्त कोणता आहे, त्यावेळी नक्षत्रांची स्थिती कशी आहे? अशा अनेक अंधश्रद्धा लोक बाळगून असतात.

अगदी छोट्याशा गोष्टीसाठीही आजकाल मुहूर्त पाहिला जातो. अर्धवट समजलेल्या, अपूर्ण ज्ञानातून मिळालेल्या माहितीलाच सत्य समजून माणूस आपलं संपूर्ण आयुष्य भीती किंवा लोभाच्या प्रभावाखाली घालवतो. त्यामुळे तो आत्मविश्वासाची शक्ती हरवून बसतो आणि कायम द्विधावस्थेत जगतो. कोणतंही काम करताना, 'मी हे करू की नको?' अशा कात्रीत तो सापडतो. या सर्व अंधविश्वासांमागे धावून 'जीवनातील

मौल्यवान खजिना - आत्मबळ आणि आत्मविश्वास' कधी हरवतो, हे त्याचं त्यालाही कळत नाही.

खरंतर आत्मबळाच्या आधारे मनुष्याला जीवनात हवं ते सर्व प्राप्त होऊ शकलं असतं- आनंद, पैसा, प्रेम आणि या सर्वांपेक्षा श्रेष्ठ असणारा परमेश्वरही! ज्या विश्वासामुळे मनुष्याला प्रत्यक्ष ईश्वरप्राप्ती होऊ शकली असती, त्याकडे सपशेल दुर्लक्ष करून तो चुकीच्या धारणांमध्ये अडकतो. यापेक्षा महागडा सौदा आणखी कोणता असणार? एखाद्यानं स्वतःच्या अंतर्यामी असलेल्या विश्वासाला प्रकट होण्याची संधीच दिली नाही, तर दुर्दैव त्यापेक्षा आणखी वेगळं काय असू शकेल बरं?

वर उल्लेख केलेल्या संख्याशास्त्र, फल-ज्योतिषशास्त्र अशा गोष्टींचा तुमच्या आयुष्यावर फक्त १० ते १५ टक्के प्रभाव पडतो. समजा, ओल्या लाकडाचा तुकडा दहा वाळलेल्या लाकडांसोबत ठेवून पेटवला तर त्या सुक्या लाकडांसोबत तो आपोआप जळतो. याचाच अर्थ तुमच्याजवळ दृढ आत्मविश्वास, धीर धरण्याची वृत्ती, सकारात्मकता असेल तर ग्रह-ताऱ्यांची स्थिती, नक्षत्रं किंवा अशुभ संख्या वगैरे गोष्टींनी फारसा फरक पडणार नाही.

तुमचे विचार सकारात्मक असतील तर उपरोल्लेखित शास्त्रांचा तुमच्या आयुष्यावर जवळजवळ शून्य प्रभाव पडतो. इतका हळूवार, की तुम्हाला तो जाणवतही नाही. सकारात्मक आणि आनंदी विचार (Happy Thoughts) करणाऱ्यांना या गोष्टींमध्ये अडकण्याची काहीच गरज पडत नाही. नकारात्मक विचार करणाऱ्या लोकांसाठी राशिभविष्य, नक्षत्र, उपासतापास यांसारख्या गोष्टी म्हणजे एक दिलासा असतो. पण अशा लोकांनी विचारांना दिशा देण्याचं महत्त्व जाणून सर्व कर्मकांडांतून मुक्त व्हायला हवं.

ज्योतिषी केवळ एक शक्यता वर्तवत असतात. प्रत्येक माणसाच्या जीवनात ज्या घटना घडतात, त्या केवळ एकाच पद्धतीनं घडणार नसतात. त्यासाठी निसर्गानं अनेक शक्यता निर्माण केलेल्या असतात. ज्योतिषी त्यातील एखादी शक्यता आपल्याला सांगत असतो. मग ते ऐकून माणूस त्याच्या विचारांद्वारे त्याच शक्यतेला आमंत्रण देतो. उदाहरणार्थ, एक अपयशी माणूस आत्महत्या करू शकतो, पुन्हा जोमानं आयुष्याची सुरुवात करू शकतो किंवा अपराध करण्याचा मार्गही निवडू शकतो. ज्योतिषी अशाच

अनेक शक्यतांमधली एक शक्यता वर्तवतात आणि त्या ज्योतिषावर अंधविश्वास ठेवणारा माणूस विशिष्ट शक्यतेलाच धरून बसतो. मग ती नकारात्मक असेल, तर त्याचं पुढील जीवन उद्ध्वस्त होतं.

यासाठीच तुम्ही अंधविश्वासातून, अंधश्रद्धेतून बाहेर पडून, आत्मबळ प्राप्त करायला हवं. अन्यथा बरेचजण स्वतःच्या चुका न सुधारता, चांगले दिवस येण्याची केवळ वाट पाहत बसतात. त्यांचं भविष्य सुधारण्याचा प्रयत्नही ते करत नाहीत. म्हणूनच, जेव्हा भविष्य वाचाल, ऐकाल, पाहाल, तेव्हा ती केवळ एक शक्यता आहे, हे लक्षात ठेवा. जसं, हिरोशिमावर अणुबाँब पडणार आहे, हे तिथल्या ज्योतिषांनाही ठाऊक नव्हतं किंवा गुजरातमध्ये भूकंप होणार असल्याची पूर्वकल्पना तिथल्या ज्योतिषांना नव्हती. म्हणूनच अंधविश्वासातून बाहेर या, डोळसपणे तुमचा आत्मविश्वास वृद्धिंगत करा.

ज्योतिषांनी सांगितलेली नक्षत्रं, ग्रह-तारे आकाशात असतात आणि तुम्ही असता पृथ्वीवर. मग तुमच्या जीवनावर तुमच्या विचारांचा परिणाम आधी होणार की त्या दूरवरच्या नक्षत्रांचा, यावर थोडा विचार करा. तुमचे विचार बदलताच, नक्षत्रंही त्यांची जागा बदलतात. जसं, सकाळी घड्याळात सहा वाजल्यावर सूर्य उगवतो की सूर्य उगवल्यानंतर घड्याळात सहा वाजतात? आपल्याला ठाऊक आहे, सूर्य उगवत असतानाच घड्याळात सहा वाजत असतात! यातूनच लक्षात घ्या, तुम्हा सर्वांच्या विचारांमुळे नक्षत्रं बदलत असतात, नक्षत्रांमुळे तुमचे विचार कधीच बदलत नाहीत. तुमच्या विचारांवर ग्रह-नक्षत्रांचा परिणाम केवळ १० टक्के होतो, त्यामुळे तुमचं लक्ष उरलेल्या ९० टक्क्यांवर म्हणजेच तुमच्या विचारांवर केंद्रित करा. हे ९० टक्के विचारच त्या १० टक्के नक्षत्रांमध्ये बदल घडवणार आहेत.

अशा प्रकारे, तुमच्या विचारांच्या शक्तींचा जीवनावर होणारा परिणाम समजताच, तुमचे सर्व गैरसमज दूर होतील. तुम्हाला त्या म्हातारीची गोष्ट ठाऊक असेलच! त्या म्हातारीला वाटत असतं, माझा कोंबडा आरवला तरच सूर्य उगवतो. पण तिचा हा गैरसमज लवकरच दूर झाला. एक दिवस गावकऱ्यांनी तिचा कोंबडा टोपलीखाली झाकून ठेवला आणि तरीही सूर्य उगवलाच.

तसंच तुमच्या अंतर्यामीचा विश्वास जागृत करून अंधश्रद्धा नष्ट केलीत, तर

तुमच्या गैरसमजाचं मळभ दूर होईल. गैरसमजाचं मळभ हटताच तळपू लागेल, 'आत्मविश्वासाचा सूर्य'! पृथ्वीवरील सर्व लोकांनी एकाच वेळी एकाच प्रकारचे सकारात्मक विचार (collective thoughts) केले तर संपूर्ण विश्व बदलू शकतं. त्यासाठीच तुम्हाला चुकीच्या धारणांतून आणि अंधविश्वासातून मुक्ती मिळवून आत्मविश्वास प्राप्त करायचा आहे. किरकोळ सुखसोयींसाठी, क्षणिक लाभासाठी आणि सुरक्षिततेसाठी आपला आत्मविश्वास गमवायचा नाहीये.

खरंतर आत्मबळाच्या आधारे मनुष्याला जीवनात हवं ते सर्व प्राप्त होऊ शकतं- आनंद, पैसा, प्रेम आणि या सर्वांपेक्षा श्रेष्ठ असणारा परमेश्वरही!

मनन करण्यायोग्य गोष्टी

▶ अंधविश्वासाच्या जाळ्यात अडकून लोक विश्वासाची शक्ती गमावतात.

▶ अंधश्रद्धा आणि चुकीच्या धारणांमध्ये जगणाऱ्या लोकांचा विश्वास सदैव डळमळत राहतो. त्यामुळेच केवळ स्वतःवर भरवसा ठेवायला शिका.

▶ वास्तुशास्त्र, ज्योतिषशास्त्र, जेमॉलॉजी, न्यूमरोलॉजी, नक्षत्र, क्रिस्टल, फेंगशुई इत्यादी सर्वांमागे विज्ञानच आहे. पण आजच्या काळात या गोष्टी माणसाच्या अंधश्रद्धेसाठी कारणीभूत ठरल्या आहेत.

▶ तुमचे विचार सकारात्मक असतील तर उपरोल्लेखित शास्त्रांचा तुमच्यावर शून्य टक्के परिणाम होतो. आत्मविश्वासामुळे हा परिणाम तुमच्या लक्षातही येत नाही.

▶ तुमचे विचार बदलताच नक्षत्रंही त्यांची जागा बदलतात यावर विश्वास ठेवा. त्यामुळेच राशिभविष्य किंवा नक्षत्रांमध्ये न अडकता विचारांना दिशा देण्याला प्राधान्य द्यायला हवं.

▶ तुमच्यामध्ये आत्मविश्वास निर्माण झाल्यावर सर्व गैरसमज आपोआपच दूर होतील.

▶ पृथ्वीवरील सर्व लोकांनी एकाच वेळी सकारात्मक विचार (collective thoughts) केला तर संपूर्ण विश्व बदलू शकतं.

१६

अभिनयाची मदत

पहिली युक्ती

कोणत्याही घटनेपासून पळ काढणं हा तात्पुरता उपाय असतो. त्यावरचा कायमस्वरूपी इलाज म्हणजे ज्ञान आणि योग्य समज प्राप्त करून परिपूर्ण आत्मविश्वासानं जीवन जगणं.

विश्वात तीन प्रकारचे लोक असतात – संकुचित जीवन जगणारे, मध्येच अडकून बसलेले आणि खुलेपणानं, मोकळ्या मनानं जगणारे लोक.

१. संकुचित जीवन जगणारे लोक

संकुचित जीवन जगणाऱ्या लोकांमध्ये आत्मविश्वास नसतोच. त्यामुळे काही ठराविक मर्यादांचा कोश तयार करून त्यातच ते आपलं आयुष्य बंदिस्त करून टाकतात. असे लोक स्वतःच्या भावना कधीही मोकळेपणानं व्यक्त करू शकत नाहीत. अशा लोकांसाठी आत्मविश्वास जणू एखाद्या जादूच्या कांडीप्रमाणे कार्य करतो. आत्मविश्वास जागृत होताच त्यांना आश्चर्य

वाटतं, 'बापरे! मी आजपर्यंत किती संकुचित वृत्ती बाळगून आयुष्य जगत होतो!' आत्मविश्वासाला मुकल्यामुळे आपलं आयुष्य भीती आणि काळजीनंच व्यापलं होतं, याची त्यांना प्रथमच जाणीव होते. समजा, एखाद्या मराठी माध्यमातून शिकलेल्या विद्यार्थ्याला इंग्रजीतून संभाषण करता येत नाही. उच्चशिक्षण घेण्यासाठी तो ज्या कॉलेजला जातो, तिथले विद्यार्थी कायम इंग्रजीतूनच बोलतात. अशा वेळी 'मला इंग्रजी बोलता येत नाही, त्यामुळे इतर मुलं मला हसतील' या विचारानं त्या विद्यार्थ्याचा आत्मविश्वास ढासळतो. तो इतरांमध्ये मिसळायचं टाळू लागतो. पण त्याला जर एखाद्या मित्रानं इंग्रजी बोलण्याचा सराव करण्यात मदत केली तर त्याचा आत्मविश्वास वाढू लागतो. काही दिवसांतच तो सफाईदार इंग्रजीत संभाषण करू लागतो.

२. अडकून पडलेले लोक

आपण घरातल्या किचनचं सिंक बघितलंय का? त्याच्या जाळीत कचरा अडकलेला असेल, तर पाणी साचून राहतं. पण तो कचरा साफ केल्यानंतर पाणी सुरळीतपणे वाहायला सुरुवात होते. काही लोकांच्या मनात छोट्या छोट्या गोष्टींचे अडथळे असतात, ते हटवण्याचं काम आत्मविश्वास करतो, जणू कचरा साफ करणारा झाडूच! असे लोक पूर्णतः यशस्वी नसतात पण त्यांना अपयशीही म्हणता येत नाही. अशावेळी आत्मविश्वासाच्या शक्तीनं जीवनाची पुढची वाटचाल करण्यासाठी त्यांना एक सकारात्मक धक्का मिळतो. त्यामुळे ते विकासाच्या उच्च शिखरापर्यंत पोहोचतात.

३. खुले, मनमोकळे लोक

हे लोक आधीपासूनच खुलेपणानं जीवन जगत असतात. त्यात त्यांना आत्मविश्वास वृद्धिंगत करण्याचं ज्ञान अवगत होताच ते बहरून जातात. त्यांच्यासाठी आत्मविश्वास म्हणजे आकाशात उंच झेपावणाऱ्या विमानासारखा असतो. समजा, तुम्ही एखाद्या शहरातून फिरताय, तर तिथं अनेक रस्ते असतात. मग एखादा रस्ता कुठून सुरू होतो आणि संपतो कुठे, हेच तुम्हाला समजत नाही. अशावेळी तुम्ही हेलिकॉप्टर किंवा विमानात बसून पाहिलंत, तर सर्व रस्ते एकाच वेळी दिसू लागतात. सर्व दृश्यं एकाचवेळी नजरेसमोर स्पष्ट होतं.

बालपण आणि आत्मविश्वास

तुम्ही पशुपक्ष्यांकडे, लहान मुलांकडे कधी नीट पाहिलंय का? ते कधीच कोणत्याही

गोष्टीबद्दल संकोच करत नाहीत. त्यांचं जीवन आक्रसलेलं किंवा संकुचित मुळीच नसतं. ते मोकळेपणानं आनंदानं हसत, बागडत जगत असतात. कारण त्यांच्यामध्ये उपजतच असलेला आत्मविश्वास कार्यरत असतो. पण हीच मुलं मोठी झाल्यावर स्वतःला कोशात बंद करून घेतात, आत्मविश्वास हरवून बसतात.

हा अविश्वास, संकोच, आक्रसलेपणा लहानपणापासून घडणाऱ्या अनेक छोट्या छोट्या प्रसंगांतून निर्माण झालेला असतो. समजा, तुमच्या अंगावर अचानक कोणी थंड पाणी टाकलं, तर तुमचं शरीर ताबडतोब आक्रसतं. घरात एखादा तुमचा नावडता पाहुणा आला, तर त्याच्यासमोर वावरताना तुम्हाला आत्मविश्वासाची कमतरता जाणवते. तुम्ही रस्त्यानं जात असताना लोक तुमच्याकडे पाहून हसले, तर तुमचा आत्मविश्वास कमी होतो आणि तुम्ही आक्रसून जाता.

तुमची कोणी चेष्टा केली, उपहास केला तरीदेखील आत्मविश्वास ढळतो. त्याक्षणी तुम्हाला तिथून पलायन करावंसं वाटतं. असा पळ काढल्यानं तुमचा बचाव होईल असं जरी त्यावेळी वाटत असलं तरी त्यामुळे नकळत एक चुकीची सवय अंगवळणी पडते. लक्षात घ्या, कोणत्याही घटनेपासून पळ काढणं हा तात्पुरता उपाय असतो. त्यावरचा कायमस्वरूपी इलाज म्हणजे ज्ञान आणि योग्य समज प्राप्त करून परिपूर्ण आत्मविश्वासानं जीवन जगणं. अन्यथा कायम भीतीच्या आणि असुरक्षिततेच्या दडपणाखालचं संकुचित जीवन आपण जगू लागतो. असं संकुचित जीवन जगायचं नसेल, तर त्यासाठी एक अत्यंत सोपी युक्ती आहे. ती युक्ती म्हणजे 'माझ्यात आत्मविश्वास ठासून भरलाय' असा अभिनय करणं!

अभिनयाचा प्रयोग

तुमच्या मनाचा आक्रसलेपणा दूर व्हावा आणि पर्यायाने आत्मविश्वास वाढावा, यासाठी एक अभिनय करा. आता नेमका कोणता अभिनय करायचाय बरं? तुम्हाला 'माझ्यात आत्मविश्वास ठासून भरलाय' असा अभिनय करायचाय. त्यासाठी खालीलप्रमाणे कृती करा :

१. तुमची देहबोली (बॉडी लँग्वेज) सकारात्मक बनवा. छाती पुढे करून चाला. शिवाय, पाठीचा कणाही ताठ ठेवा.

२. स्वतःशी सकारात्मक पद्धतीने बोला, 'मी आत्मविश्वासाने ओतप्रोत भरलोय.'

३. चेहऱ्यावर स्मितहास्य ठेवा. मान सरळ ठेवा.

या शारीरिक क्रियेमुळे तुमच्यामध्ये आत्मविश्वासाचा संचार होऊ लागेल आणि तुमच्या अंतर्यामी विश्वासाची शक्ती जागृत होत असल्याची जाणीवही होऊ लागेल.

विश्वासाची शक्ती प्राप्त झाल्यानं मन कर्मवीर बनतं.

बहुतांशी लोकांकडून नेमकी हीच चूक होते. 'मला आत्मविश्वास प्राप्त झाल्यानंतरच मी न झुकता, ताठपणे चालू शकेन...' असा विचार ते करतात. पण मनःशास्त्राचा एक नियम सांगतो, 'शारीरिक क्रियांनुसार आपल्या भावनाही बदलत जातात.' समजा, तुम्हाला एखाद्या दिवशी कामाचा खूपच कंटाळा आला आणि खूपच उदास वाटू लागलं, तर अशा वेळी अभिनयाचं तंत्र वापरा. म्हणजेच तुम्हाला खूप उत्साही वाटतंय, असा अभिनय सुरू करा. चालण्याचा वेग थोडा वाढवा. अगदी त्याचप्रमाणे, तुमच्या अंतर्यामी आत्मविश्वास प्रत्यक्ष असो अथवा नसो, तो असल्याचा अभिनय करतच तुम्हाला जीवन जगायचं आहे. आत्मविश्वास जागृत होण्याची, वृद्धिंगत होण्याची केवळ वाट पाहत बसायचं नाहीये, तर आत्मविश्वास असल्याचा अभिनय करत, त्याप्रमाणे उठणं-बसणं, चालणं-फिरणं, कार्य करणं, बोलणं आणि ऐकणं सुरू करा.

स्वतःच्या देहबोलीचं निरीक्षण करा. म्हणजेच मी कशा प्रकारे बसलोय, मी पोक काढून, आखडून बसलोय असं लक्षात येताच ताबडतोब तुमच्या देहबोलीत बदल करा. पाठीचा कणा सरळ, ताठ ठेवा. अशा प्रकारे बसा, जणू तुम्ही आयुष्यातल्या प्रत्येक परिस्थितीचा सामना करण्यासाठी सज्ज आहात. दोन्ही हात मोकळे करा आणि आत्मविश्वासाचा आनंद अनुभवण्याचा प्रयत्न करा, तो आनंद तुमच्या अंतरंगात झिरपू द्या. याच प्रकारे चालताना, बोलताना, कार्य करताना स्वतःचं निरीक्षण करा. जेव्हा तुम्हाला भीती वाटून, तुमचं शरीर आखडू लागेल, तेव्हा हा प्रयोग जरूर करा. एखादा राजकुमार जसा भर दरबारात प्रवेश करतो, त्याप्रमाणेच अभिनय करा.

हा प्रयोग केल्यानंतर पुढीलप्रमाणे मनन करा-

१. हा अभिनय करताना तुम्हाला कसं वाटलं? तुमच्या अंतर्यामी आत्मविश्वास असल्याचा अनुभव आला का?

२. तुम्हाला मोकळेपणा, खुलेपणा जाणवतोय का?

३. या प्रयोगामुळे तुम्ही कोशातून बाहेर पडल्याचं, संकोचातून मुक्त झाल्याचं जाणवतंय का?

४. हाच प्रयोग शंभर लोकांसमोर करायला सांगितल्यावर तुम्हाला कसं वाटलं असतं? तुम्हाला सर्वांसमोर अवघडल्यासारखं झालं असतं का? काहीतरी विचित्र वाटलं असतं का?

बऱ्याचदा गर्दीमध्ये, समूहामध्ये तुम्हाला असे प्रयोग करण्याची भीती वाटते. सहाशे लोक असतील, तर त्यांचे बाराशे डोळे तुमच्यावरच रोखले गेलेत असं वाटू लागतं. याच भीतीमुळे तुम्हाला आत्मविश्वासाची कमतरता जाणवू लागते. असाच विचार करत राहिल्यानं आत्तापर्यंत तुम्ही ना खुलेपणानं जगला, ना आत्मविश्वासासह चालला... म्हणूनच आजपासून या प्रयोगाला सुरुवात करा. त्यासाठी तुम्हाला जसं बनायचंय, तसा अभिनय सुरू करा.

मनन करण्यायोग्य गोष्टी

▶ संकुचित लोकांसाठी आत्मविश्वास जणू एखाद्या जादूच्या कांडीप्रमाणे कार्य करतो. आत्मविश्वास जागृत होताच त्यांना आश्चर्य वाटतं, 'बापरे! मी आजपर्यंत किती संकुचित वृत्ती बाळगून आयुष्य जगत होतो!'

▶ लक्षात घ्या, कोणत्याही घटनेपासून पळ काढणं हा तात्पुरता उपाय असतो. त्यावरचा कायमस्वरूपी इलाज म्हणजे ज्ञान आणि योग्य समज प्राप्त करून परिपूर्ण आत्मविश्वासानं जीवन जगणं.

▶ आपल्या भावना या शारीरिक क्रियांनुसार बदलत जातात.

▶ 'मी आत्मविश्वासानं ओतप्रोत भरलोय' या भावनेसह तुमच्या शारीरिक क्रियांमध्ये सकारात्मक बदल करा. मग तुमच्या अंतर्यामी आत्मविश्वास नक्कीच जागृत होईल.

▶ तुम्हाला जसं बनायची इच्छा आहे, त्याप्रमाणे अभिनय करायला सुरुवात करा, त्यामुळे तुम्हाला आत्मविश्वासाची शक्ती जाणवू लागेल.

१७

तीन प्रकारचे प्रतिसाद

दुसरी युक्ती

उत्तेजना आणि अधीरता हे दोन्ही
माणसाचे दुर्गुण आहेत, तर धैर्य
आणि साहस ही त्याची गुणवैशिष्ट्यं!

माणसाकडे धैर्याची, संयमाची शक्ती असल्यावर, त्याची सर्व कार्ये सहज-सुरळीतपणे होतात. पण त्याच्याकडे धीर नसेल तर तो उतावीळपणानं कामामध्ये असंख्य चुका करतो. त्यामुळे त्याची बरीचशी कामं अर्धवट राहतात किंवा मंद गतीनं होतात.

माणसाची कामं वेळेवर झाली नाहीत तर त्याच्या आत्मविश्वासाला ओहोटी लागते. त्यामुळे प्रत्येक माणसानं आत्मविश्वास वृद्धिंगत करण्यासाठी स्वतःच्या उतावळेपणावर, अधीरतेवर उपाय शोधायला हवा.

उत्तेजना आणि अधीरता हे दोन्ही माणसाचे दुर्गुण आहेत, तर धैर्य आणि साहस ही त्याची गुणवैशिष्ट्यं!

काही लोक प्रत्येक संकटात संयम आणि साहस न दाखवता केवळ उत्तेजित होऊन त्याचा सामना करू पाहतात. अशा लोकांनी योग्य प्रतिसाद देण्याची कला शिकायला हवी. कारण, तुमचा प्रतिसाद हीच तुमच्या यशाची खात्री असते.

आता आत्मविश्वास प्राप्त करण्यासाठी प्रत्येक घटनेत कसा प्रतिसाद द्यायला हवा, ते पाहूया; कारण तुमच्या प्रतिसादातूनच तुमच्या आत्मविश्वासाचं प्रतिबिंब दिसतं. इथं तीन प्रकारचे प्रतिसाद सांगितले गेलेत, जे अमलात आणल्यावर तुमचं धैर्य, साहस व संकल्पशक्ती निश्चितच वृद्धिंगत होईल. त्यामुळे तुमच्या अंतर्यामी आत्मविश्वासाची भावना जाणवू लागेल.

संकल्पशक्ती वाढवण्यासाठी काही गोष्टी ध्यानात ठेवा. दररोजच्या जीवनात संयम वाढवण्याच्या अनेक संधी तुम्हाला मिळत असतात. या संधीतूनच हळूहळू तुमचा संयम वाढवता येते. मग आपोआपच आत्मविश्वासही बळावतो. त्यासाठी खाली दिलेल्या काही प्रकारच्या प्रतिसादांचा वापर करता येतो.

१. माफक किंवा मौन प्रतिसाद

(Under response or No response)

घराच्या दारावरची बेल एक-दोनदा वाजली, तरी तुम्ही लगेच ओरडू लागता, 'अरे दरवाजा उघडा! हा दरवाजा कोणीच का उघडत नाही...?' त्यावेळी त्या बेलचा आवाज सहन होत नसल्यानं तुम्ही धीर धरू शकत नाही. तुम्हाला वाटत असतं, कोणीतरी येऊन लवकरात लवकर दरवाजा उघडावा. अशा वेळी धैर्य राखण्यासाठी, संयम बाळगण्यासाठी एक पद्धत वापरता येईल. या पद्धतीला माफक अथवा मौन प्रतिसाद (Under response or No response) म्हटलं जातं. यानुसार तुम्ही दरवाजा पटकन उघडावा यासाठी कोणतीही घाईगडबड करणार नाही. तसंच एखाद्यावर न ओरडता त्याला शांतपणे दार उघडण्याची विनंती कराल. अशा प्रकारचा प्रतिसाद दिल्यानं तुमची धैर्यशक्ती हळूहळू वाढू लागेल. दररोजच्या जीवनातील साध्या-साध्या घटनांमध्येही उत्तेजित न होता, असाच माफक प्रतिसाद तुम्ही द्यायचा आहे.

एरवी तुम्ही, सामान्यपणे जशी प्रतिक्रिया किंवा प्रतिसाद देता, त्यापेक्षा कमी, माफक प्रमाणात प्रतिक्रिया द्यायची आहे. मग एखादी नकारात्मक घटना घडली तरी

योग्य किंवा मौन प्रतिसादच द्यायचा आहे. एका उदाहरणातून हे समजून घेऊया-

एखाद्यानं तुम्हाला येऊन सांगितलं, 'तुम्हाला लॉटरी लागलीय.' इतकी आनंदाची बातमी ऐकल्यानंतर तुम्ही काहीच बोलला नाहीत, तर तो होईल 'मौन प्रतिसाद'; अथवा बातमी देणाऱ्यालाच तुम्ही म्हणता, 'ठीकेय, आपल्याला अजून काही सांगायचंय?' हा असेल माफक प्रतिसाद (अंडर रिस्पॉन्स)! म्हणजेच तुम्हाला आयुष्यात पहिल्यांदाच लॉटरी लागली आणि तुम्ही त्यावर ताबडतोब प्रतिक्रिया व्यक्त न करता थोडंसं थांबलात. काही क्षणानंतर, उत्तेजित न होता, मोजक्या शब्दांत समोरच्या व्यक्तीला प्रतिसाद दिलात, तर तो होतो माफक प्रतिसाद.

पण हल्ली लोकांच्या सवयी आणि पॅटर्न्स इतके पक्के झालेत की एखाद्यानं येऊन काही सांगितलं तर ताबडतोब प्रतिसाद दिला जातो. मग असे लोक लॉटरी लागल्याचं समजताच आनंदानं उड्या मारत विचारतात, 'खरं सांगताय ना? ही बातमी खोटी तर नाहीये ना!' पण आता तुम्ही माफक किंवा मौन प्रतिसाद देण्याचं ठरवलंच आहे, तर तसा प्रयोग अवश्य करून पाहा. अर्थात हा प्रयोग करण्यासाठी तुम्हाला स्वतःच्या मनावर नियंत्रण ठेवायला शिकावंच लागेल.

२. विलंब प्रतिसाद (Delay Response)

धीराची, संयमाची शक्ती वाढवण्यासाठी तुम्ही दुसऱ्या प्रकारचा प्रतिसादही देऊ शकता. तो म्हणजे, विलंब प्रतिसाद, म्हणजेच उशिरानं प्रतिक्रिया देणं! उदाहरणार्थ, बेल वाजली आणि तुम्ही बऱ्याच वेळानं दरवाजा उघडला तर तो होईल विलंब प्रतिसाद. विशेषतः जे लोक कोणत्याही बाबतीत खूप लवकर उत्तेजित होतात, त्यांच्यासाठी या प्रकारचा प्रतिसाद खूपच उपयोगी आहे. असे लोक फोनची रिंग पूर्ण वाजण्याआधीच फोन घ्यायला जातात. बराच वेळ कुणाचा फोन आला नाही, तरी ते अस्वस्थ होतात. त्यांनी स्वतःची संयमशक्ती वाढवण्यासाठी हा प्रयोग करून पाहायला हवा. त्यासाठी फोनची रिंग वाजू लागताच आकडे मोजायला सुरुवात करा: १-२-३-४, मग फोन घ्या. असे छोटे-छोटे प्रयोग संयम वाढवण्यासाठी खूप मोलाचे ठरतात. पण हे प्रयोग करताना आपल्या सामान्य ज्ञानाचा (कॉमन सेन्सचा) वापर अवश्य करा. एखाद्या संकटकाळी, आपत्कालीन परिस्थितीत चटकन प्रतिसाद द्यायलाच हवा, याचं भान ठेवा.

अशा प्रयोगांचा काय फायदा, अशी शंका तुमच्या मनात डोकावू शकते, तरीही हे प्रयोग करत राहा. असे लहान-सहान प्रयोग करण्याची संधी दिवसभरात अनेकदा मिळत असते. या छोट्या-छोट्या प्रसंगांतून संयमशक्ती वाढली तरच तुम्हाला जीवनात अचानक उद्भवणाऱ्या एखाद्या मोठ्या समस्येला शांतपणे सामोरं जाता येईल.

३. विरुद्ध प्रतिसाद (Reverse Response)

रिव्हर्स रिस्पॉन्स म्हणजेच 'विरुद्ध प्रतिसाद' होय. या पद्धतीत समोरच्या व्यक्तीला तुमच्याकडून ज्या प्रतिसादाची अपेक्षा असेल, नेमका त्याच्या विरुद्ध प्रकारचा प्रतिसाद तुम्ही द्यायचा आहे. समजा, समोरच्या माणसाला वाटत असेल की तुम्हाला आनंद होईल, तर तुम्ही आनंदी नसल्याचं दाखवायचं आहे. याला म्हणायचं, विरुद्ध प्रतिसाद देणं! अर्थात अशी प्रतिक्रिया व्यक्त करण्यासाठी संयमाची आवश्यकता भासतेच. पण त्यामुळे मनावर नियंत्रण ठेवण्याची सवय होत जाते, परिणामी तुमचा आत्मविश्वास वाढतो. कारण धैर्याशिवाय, संयम राखल्याशिवाय आत्मविश्वास वाढूच शकत नाही.

बहुतांशी लोक जीवनात अनेक गोष्टींना 'उग्र प्रतिसाद' (ओव्हर रिस्पॉन्स) देतात. एखाद्यानं छोटीशी गोष्ट सांगितली, मनाविरुद्ध काही घडलं, अनपेक्षितपणे एखाद्या प्रसंगाला सामोरं जावं लागलं तरी ते लगेचच अस्वस्थ होऊन, आरडाओरड करू लागतात. यालाच म्हणतात, 'उग्र प्रतिसाद'. गरज नसतानाही तुम्ही उत्तेजित होऊन 'उग्र प्रतिक्रिया' देताय असं लक्षात आलं, तर तिथं तुम्हाला कमी, माफक किंवा मौन प्रतिसाद (अंडर रिस्पॉन्स) द्यायचा आहे, हे लक्षात ठेवा. कसा? एका उदाहरणातून पाहूया.

एक नोकर धावत-धावत गोदामाच्या मालकाकडे गेला. त्यानं मालकाला सांगितलं, 'गोदामाला आग लागलीय.' तेव्हा गोदामाचा मालक त्याला म्हणाला, 'मला काय त्याचं?' त्यावर तो नोकर पुन्हा एकदा म्हणाला, 'अहो मालक, तुमच्या गोदामाला आग लागलीय...' तरीही तो मालक शांतपणे उत्तरला, 'मग, तुला काय त्याचं?' याला म्हणतात सौम्य किंवा माफक प्रतिसाद (अंडर रिस्पॉन्स) देणं. पण असा प्रतिसाद देण्यासाठी तुम्हाला स्वतःच्या मनावर बरंच नियंत्रण ठेवावं लागतं, हे निश्चित. त्यामुळेच तुमची संयमशक्ती वाढून कोणत्याही संकटाला तोंड देण्याचा आत्मविश्वास प्राप्त होतो.

अधीरता कमी करण्यासाठी तीन प्रतिसादांचा उपयोग करा.

एखादी बातमी ऐकल्यावर तुम्ही लगेचच अस्वस्थ किंवा उत्तेजित होता. 'मी वेळेवर कसा पोहोचणार... मला तर लवकर जायचं होतं... आता काय होणार...' अशा प्रकारे तुमचा धीर सुटतो. पण आता तुम्हाला कोणत्या प्रकारचे प्रतिसाद द्यायचे आहेत हे ठाऊक असल्यानं त्यांचा उपयोग करा. परिस्थितीनुसार माफक, मौन किंवा विरुद्ध प्रतिसाद अवश्य द्या.

समजा, तुम्हाला पूर्वीपासून ठाऊक असलेला विनोद एखाद्यानं सांगितला, तर बऱ्याचदा त्याचं सांगून पूर्ण होण्याआधीच, तुम्ही पुढचं वाक्य त्याला सांगून टाकता. पण आता नवीन प्रतिसादाचा उपयोग करून पाहा. असा ऐकलेलाच विनोद परत कोणी सांगू लागलं तर त्यावेळी विलंब प्रतिसाद (डिले रिस्पॉन्स) द्या. थोडं थांबून तो विनोद पूर्ण ऐका. या प्रयोगानं इतरांचं म्हणणं पूर्णपणे ऐकून घेण्याची तुमची क्षमता नक्कीच वाढेल. त्याशिवाय स्वतःच्या वाणीवरही नियंत्रण वाढू लागेल. कारण अनेकदा तुमची वाणीच क्रोधासाठी कारणीभूत ठरते. स्वतःची वाणी काबूत नसल्यानं एखाद्या प्रसंगी तुमच्या तोंडून असे काही शब्द बाहेर पडतात, ज्यामुळे नंतर पश्चात्ताप होतो. 'मी असं कसं बोलून गेलो?' असा विचार करून तुम्ही पश्चात्तापाच्या अग्नीत होरपळून निघता.

स्वतःच्या वाणीवर नियंत्रण नसलं तरी अनेक गुपितंही तुम्हाला गुप्त ठेवता येत नाहीत. तुमचा एखादा मित्र येऊन सांगतो, 'तू माझा जवळचा मित्र आहेस, म्हणून मी तुला ही गोष्ट सांगतोय. पण तू ती इतर कुणालाही सांगू नकोस.' तुम्ही मित्राला आश्वासन देता, 'हो खरंय, मी कुणालाही सांगणार नाही.' पण तुम्हाला एखाद्या जवळच्या मित्राला ती गोष्ट सांगावीशी वाटते. त्याला हे गुपित सांगण्यास काहीच हरकत नाही असं वाटून, ते गुपित त्याला सांगितलं जातं. अशा प्रकारे प्रत्येकजण आपापल्या खास मित्राला ती गोष्ट सांगू लागतो आणि मग ती गुप्त राहतच नाही. पण आता तुम्हाला एखादी गोष्ट गुप्त राखण्याची संधी मिळाली, तर तिचा अवश्य लाभ घ्या.

अशा प्रकारे, विविध प्रसंगी आवश्यकतेनुसार तीनही प्रकारचे प्रतिसाद वापरून बघितल्यावर तुम्हाला स्वतःविषयी अधिक जाणून घेता येईल.

धैर्याशिवाय, संयम राखल्याशिवाय आत्मविश्वास वाढूच शकत नाही.

कोणत्याही घटनेत आपण कशा पद्धतीचा प्रतिसाद देतोय, याचं निरीक्षण करता येईल. त्यामुळे तुम्ही बेसावध प्रतिसाद देणं बंद केलंत की तुमची सजगता वाढेल. नव्या पद्धतीचा प्रतिसाद देण्यानं तुमचा आत्मविश्वास बहरून, यशाच्या दिशेनं तुमची पावलं पडू लागतील.

मनन करण्यायोग्य गोष्टी

- माणूस जेव्हा त्याच्या अंतर्यामी संयमशक्ती जागृत करतो, तेव्हा त्याची सर्व कामं सुरळीतपणे पार पडू लागतात. विलंब प्रतिसाद तुम्हाला धैर्य वाढवण्यासाठी मदत करतो.

- उत्तेजना आणि अधीरता हे माणसाचे दुर्गुण आहेत. धैर्य, साहस हे त्याचे सद्गुण आहेत.

- बहुतांश लोक उग्र प्रतिसाद देतात. पण योग्य किंवा मौन प्रतिसादानं तुम्ही स्वतःवर नियंत्रण ठेवण्याची कला शिकू शकाल.

- वाणीवर नियंत्रण नसल्याने तुम्ही अनेकदा काही गुपितंदेखील गुप्त ठेवू शकत नाही. मौन प्रतिसादामुळे या समस्येपासून नक्की सुटका होते.

१८

एका कामात तरबेज व्हा

तिसरी युक्ती

भीती आणि संकोचापासून मुक्ती मिळवण्याचा
एकमेव उपाय आहे, हाती घेतलेल्या कार्याचा
अभ्यास आणि केवळ त्याचाच ध्यास!

माणसाला आत्मविश्वास वाढवायचा असेल, तर त्यानं एखाद्या क्षेत्रात कुशल, तरबेज व्हायला हवं. भले ते क्षेत्र कितीही छोटं, क्षुल्लक वाटत असेल तरीदेखील त्यात नैपुण्य मिळवायला हवं.

कोणताही माणूस एखादं काम इतरांपेक्षा उत्तम रीतीनं करत असेल, तर त्याला स्वतःबद्दल विश्वास वाटू लागतो. त्यासाठी स्वतःबद्दल काही गोष्टी जाणून घ्या. जसं–

मला उत्तम गाता येतं का?

मी चित्रकलेत निपुण आहे का?

मला उत्तम कविता लिहिता येतात का?

मी वेगानं धावू शकतो का?

मी उत्तम जेवण बनवू शकतो का?

मला कोणत्याही पार्टीमध्ये चांगल्या रीतीनं गप्पांची मैफल रंगवता येते का?

मला पेटी चांगली वाजवता येते का?

मला चांगल्या तऱ्हेने कथा सांगता येते का?

माझं हस्ताक्षर सुंदर आहे का?

या काही उदाहरणांतून, तुम्ही कोणत्या क्षेत्रात तरबेज आहात हे जाणून घ्या.

त्यातील काही गोष्टी तुम्हाला कदाचित क्षुल्लक म्हणजेच कमी महत्त्वाच्या वाटतील. पण तरीही त्यामध्ये प्राविण्य मिळवल्यानं तुमच्या अंतर्यामी आत्मविश्वासाची शक्ती वृद्धिंगत होऊ लागते. म्हणूनच आपल्या मुलांनी एखादा गुण किंवा एखाद्या कलेत नैपुण्य मिळवावं, यासाठी पालकांनी प्रयत्न करायला हवेत. जेणेकरून मुलं अभ्यासाव्यतिरिक्त इतर क्षेत्रातही प्राविण्य मिळवू शकतील.

कोणत्याही एका क्षेत्रात प्रवीण झाल्यानं तुमचा आत्मविश्वास प्रबळ होईल. त्यामुळे निर्माण होणाऱ्या उत्साहानं, उमेदीनं तुम्हाला इतर क्षेत्रात प्रवेश करण्यासाठी प्रोत्साहन मिळेल. यापूर्वी जे काम तुम्हाला अवघड वाटत होतं, शिवाय ते करण्याची भीतीही वाटत होती, तेच आता सहजपणे पूर्ण करता येईल.

कोणत्याही कामात प्रावीण्य मिळवण्यासाठी तुम्हाला कोणती पावलं उचलावी लागतील... कोणते गुण स्वतःमध्ये विकसित करावे लागतील... अशा सर्व बाबींवर मनन करून त्यासाठी स्वतःला मानसिकरीत्या तयार करावं लागेल. तुम्ही जे काम करणार आहात, ते आवाक्यातलं असल्याची खात्री करून घ्या.

दुसऱ्या शब्दांत सांगायचं झालं तर, 'जे काम कोणताही सर्वसाधारण दर्जाचा माणूस करू शकतो, ते काम करण्यास तुम्हीदेखील समर्थ आहात', हे लक्षात ठेवा.

अशी कामं कदाचित अवघड असू शकतात किंवा तसं तुम्हाला जाणवू शकतं, तरीही हे काम तडीस नेण्यासाठी कंबर कसायची आहे. ते काम तुम्ही करू शकता आणि करणार आहात, असा दृढनिश्चय व्यक्त करायचा आहे.

कोणत्याही एका कामात कौशल्य मिळवण्यासाठी तुमच्या अंतर्यामी दृढविश्वास आणि अंतःप्रेरणा असायला हवी हे निश्चित! याशिवाय यशस्वी होण्यासाठी तुमच्याकडे असायला हवा ठाम निश्चय, संकल्प आणि साहसी वृत्ती.

मात्र तुमच्याकडे शुभ इच्छा, उमेद, अभिरुची, अंतःप्रेरणा, प्रेरणादायी शक्ती आणि उत्सुकता यांसारख्या सद्गुणांचा अभाव असेल, तर परिस्थिती थोडी अवघड होते. या परिस्थितीत माणूस 'अगदी साधं कामं करण्याचीही माझी लायकी नाही', असा विचार करू लागतो. मग एखादा साधा डोंगर चढणंदेखील तुम्हाला माऊंट एव्हरेस्ट किंवा हिमालयाचं एखादं शिखर सर करण्यासारखं वाटू शकेल. अशा वेळी तुम्ही, 'एखादं काम विश्वातील एक माणूस करू शकत असेल तर मीदेखील ते करू शकतो' यावर विश्वास ठेवायला हवा. जगातल्या हजारो, लाखो लोकांना ते काम करता येत असेल, तर तुम्हालाही ते काम करता येईल, असा विश्वास बाळवा. कोणतंही काम समर्थपणे पार पाडल्यावर, त्यात प्राविण्य मिळवल्यानंतर काही फायदे मिळत असतात. हे प्राविण्य प्राप्त केल्याने कोणकोणते लाभ होणार आहेत, यावर विचार करा, कल्पनेद्वारे ते जाणा आणि त्याचा आनंद तुमच्या मनःचक्षूंद्वारे अनुभवा. त्या कल्पनेनंच तुम्हाला पुढे काम करण्यासाठी प्रोत्साहन मिळत राहील.

प्रत्येक काम एक आव्हान समजून स्वीकारा. हळूहळू तुम्ही अनेक कामांमध्ये प्रावीण्य मिळवाल. या कुशलतेमुळे लोक तुमचा सल्ला घेण्यासाठी वारंवार तुमच्याकडे येऊ लागतील. अशा प्रकारे तुमच्या अंतर्यामी निर्माण होईल आत्मविश्वासाचा खजिना!

एखाद्या विशिष्ट गोष्टीत तुम्ही अतिकुशलता, श्रेष्ठता प्राप्त करत नाही तोपर्यंत या प्रक्रियेचा अभ्यास करत राहणं गरजेचं असतं. ज्या कामात तुम्हाला प्रावीण्य मिळवायचं आहे, त्यामध्ये तुमचं तन-मन अर्पण करायला हवं. तुमच्या बुद्धीसोबतच भावनांचाही उपयोग करायला शिकायचं आहे.

कोणत्याही कामात नैपुण्य मिळवण्यासाठी केवळ इच्छाशक्ती जागृत करण्याचीच आवश्यकता असते असं नव्हे, तर त्याचबरोबर अखंड उत्साह आणि प्रेरणा मिळवत राहणं देखील गरजेचं आहे. त्यासाठी त्या कामाचं प्रशिक्षण घेऊन अभ्यास केल्यानं तुमच्यातील आत्मविश्वासाची कमतरता आणि हीनत्वाची भावना दूर होईल. वेळोवेळी प्रशिक्षण घेत, सराव केल्यानं, अभ्यास केल्यानं तुम्ही सहजगत्या दृढ आत्मविश्वासाचे आणि साहसाचे धनी व्हाल. अशा प्रकारे एका क्षेत्रात यश मिळवल्यानं तुम्हाला इतर क्षेत्रांतही यश मिळू लागेल. तुम्ही स्वतः साहसी बनून, इतर दिशांना जाऊन किंवा अन्य क्षेत्रातील कार्यांमध्ये धाडसानं प्रवेश करून, यश मिळवू शकाल.

सकारात्मक विचार म्हणजे जणू आत्मविश्वासाचा प्राण! सदैव आशावादी विचार करणारा माणूस आत्मविश्वासाच्या शिखरावर विराजमान असतो.

मनन करण्यायोग्य गोष्टी

▸ कोणताही माणूस एखादं काम इतरांपेक्षा उत्तम रीतीनं करत असेल, तर त्याला स्वतःबद्दल विश्वास वाटू लागतो.

▸ यशस्वी होण्यासाठी तुमच्याकडे असायला हवा ठाम निश्चय, संकल्प आणि साहसी वृत्ती.

▸ कोणतंही काम पूर्ण करण्यासाठी किंवा त्यात प्रावीण्य मिळवण्यासाठी तुमच्याकडे असायला हवा ठाम निश्चय, संकल्प आणि साहस!

▸ 'एखादं काम विश्वातील एक माणूस करू शकत असेल तर मीदेखील ते करू शकतो' यावर विश्वास ठेवायला हवा.

खंड ३
चला, आत्मविश्वासाच्या शिखरावर

१९

संकल्पशक्तीचा प्रयोग

आत्मबळप्राप्तीचं पहिलं रहस्य

तुमच्या मनात एखादी इच्छा जागृत झाल्यानंतर, ताबडतोब ती पूर्ण करण्याऐवजी विवेकाचा आणि बुद्धीचा सल्ला ऐकून, मगच ती पूर्णत्वास न्या.

एक गलेलठ्ठ शेठ होता. सकाळपासून संध्याकाळपर्यंत तो फक्त वेगवेगळ्या पक्वान्नांवर ताव मारत राहायचा आणि खाण्याच्या तुलनेत हालचाली अतिशय कमी करायचा. अशा अनियंत्रित खाण्यामुळे तो वारंवार आजारी पडायचा.

एकदा त्याला खोकला झाला. वैद्याकडे जाऊन त्याने औषध घेतलं. वैद्यांनी औषध देताना त्याला काही दिवस आंबट वस्तू खाऊ नका, असं सांगितलं.

साधारण आठवड्यानंतर शेठ दुसऱ्यांदा वैद्याकडे जाऊन कुरकुर करू लागला. माझ्या खोकल्यात अजिबात सुधारणा झालेली नाही, अजूनही पूर्वीसारखाच

आहे. ते ऐकून आश्चर्यचकित झालेले वैद्य म्हणाले, ''असं कसं होऊ शकतं? त्या औषधामुळे तुमचा खोकला आतापर्यंत ठीक व्हायला हवा होता. तुम्ही आंबट किंवा थंड वस्तू तर खाल्ल्या नाहीत ना?''

शेठने मोठ्या उत्साहाने सांगितलं, ''अहो! मला दही, लोणचं प्रचंड आवडतं. ते खाल्ल्याशिवाय मी राहूच शकत नाही.''

हे ऐकून वैद्य नाराज झाले, पण तरीही त्यांनी दुसऱ्यांदा त्याला औषध दिलं. शेठ औषध घेऊन निघाला तेव्हा वैद्य म्हणाले, ''आता तुम्हाला कोणतंही पथ्यपाणी सांगणार नाही. जे खायचं आहे ते मनसोक्त खा. त्यामुळे तीन फायदे होतील.''

मनसोक्त खाल्ल्यामुळे फायदे! शेठला तर अत्यानंदच झाला. त्याने खुशीतच विचारलं, ''ते कोणते?''

वैद्य म्हणाले, ''पहिला फायदा म्हणजे तुमच्या घरात चोरी होणार नाही. दुसरा म्हणजे तुम्हाला कोणतंही कुत्रं चावणार नाही आणि तिसरा, तुम्हाला म्हातारपण येणार नाही.''

आता तर शेठजीच्या आनंदाला पारावार उरला नाही. तो म्हणाला, ''हे तर खूपच छान फायदे आहेत की! पण केवळ ही औषधं घेण्यानं ते होणार आहेत?'' त्याने आश्चर्याने विचारलं.

वैद्य म्हणाले, ''नाही, या औषधांमुळे नव्हे, तर खोकला येत असतानादेखील आंबटचिंबट वस्तू खाल्ल्यामुळे जे फायदे होणार आहेत, ते सांगितले मी तुम्हाला.''

वैद्यांच्या बोलण्याचा रोख काही केल्या शेठच्या लक्षात येईना. त्याने गोंधळून विचारलं, ''ते कसं काय?''

वैद्य म्हणाले, ''आता बघा, जर आंबट वस्तू खात राहिलात, तर तुमचा खोकला कधीच कमी होणार नाही आणि तुम्ही नेहमी खोकतच राहाल. तुमच्या खोकल्याचा आवाज ऐकून चोरांना वाटेल की तुम्ही जागे आहात. त्यामुळे ते घरात घुसून चोरी करणार नाहीत. दुसरा लाभ म्हणजे तुम्हाला कधीही कुत्रं चावणार नाही. जेव्हा खोकून खोकून तुम्ही अशक्त व्हाल तेव्हा चालण्यासाठी, आधारासाठी तुम्हाला काठीची आवश्यकता भासेल. हातात काठी असेल, तर कुत्री तुमच्या आजूबाजूलाही फिरकणार नाहीत. त्यामुळे ती चावण्याचा धोकाही राहणार नाही. तिसरी गोष्ट, आजारपण आणि

अशक्तपणा यामुळे मध्यमवयातच तुमचा मृत्यू होईल. त्यामुळे म्हातारपणीचे हाल तुमच्या वाट्याला येणार नाहीत.''

वैद्याचे असे टोमणे ऐकल्यावर शेठने खाण्यापिण्यावर संयम ठेवण्याचा संकल्प केला आणि काही काळातच त्याचा खोकला बरा झाला.

आपल्यालादेखील प्रत्येक घटनेमध्ये विशिष्ट संकल्प करणं अत्यावश्यक आहे. कारण संकल्पशक्तीच्या आधारे आपण आत्मविश्वासाच्या शिखरावर पोहोचू शकतो.

आज जर आपण काही गोष्टींसाठी दुसऱ्यांवर अवलंबून असाल, तर संयमासोबत ते गुण आपल्यामध्ये आणायला सुरुवात करा. त्यामुळे आपण आत्मनिर्भर बनू शकाल. उदाहरणार्थ, इंग्रजी बोलता न येणं, कॉम्प्युटर न येणं, वाहन चालवता न येणं, एकट्याने कुठे जाऊ न शकणं किंवा योग्य प्रकारे हिशेब ठेवू न शकणं... या 'नकारा'च्या यादीत अशा अनेक गोष्टी असतील. परंतु अखंडपणे प्रयत्न केल्यावर एक वेळ अशी येईल, जेव्हा आपण आत्मनिर्भर, स्वावलंबी आणि आत्मबळाने ओतप्रोत भरलेले असाल.

आत्मविश्वासाच्या शिखरावर पोहोचण्यासाठी सगळ्यांत महान आणि आवश्यक गुण आहे संयम. संयम वाढवण्यासाठी अंतरंगातील मंदिरात जावं लागेल. मंदिर म्हणजे मनधीर. मनाचं धैर्य, धीर. हा शब्द धैर्यापासून आलेला आहे. मनुष्य मंदिरात जातो तेव्हा तो आपल्या मनाला आत घेतो, अंतरंगात जातो. तसं पाहिलं तर मनुष्य केव्हा धीर धरू शकत नाही? जेव्हा तो बाहेरच्या दृश्यांमध्ये, मायेमध्ये अडकून आपलं संतुलन गमावून बसतो. अशा वेळेस त्याच्या विचारांची चलबिचल होते, शरीर अनियंत्रित होतं आणि मनाचे बेलगाम घोडे चौखुर उधळतात. अशा वेळेस मनुष्याचं शरीर आणि मन अकंप, निर्मल, प्रेमन बनविण्यासाठी हृदय, ज्याला तेजस्थान म्हणा किंवा मंदिर, तिथे घेऊन जाणं आवश्यक असतं. ज्यामुळे तिथून पुन्हा एकदा त्याला शक्ती मिळून तो आपली सगळी कामं करण्याचा संकल्प करू शकेल.

तुमचे संकल्प जर पूर्ण होत नसतील, तर असं का घडतंय, हे पडताळून पाहा. 'विषयाची पूर्ण माहिती नसल्यामुळे की उतावीळपणाच्या सवयीने...?' तुम्ही जर वारंवार गोंधळून जात असाल, तर स्वतःला संकल्प करण्याचं प्रशिक्षण द्या. जसं, एखादा माणूस आपल्या शरीराला शिस्त लावण्यासाठी सातत्याने ताडासन करतो, शरीराला शवासनामध्ये

झोपवतो, शरीराला शिथिल करतो, ज्यामुळे त्याच्या शरीराला अकंप राहण्याची सवय लागून प्रत्येक घटनेमध्ये तो आपलं शरीर स्थिर ठेवू शकेल. शरीराला स्थिर ठेवताच त्याचं मनदेखील स्थिर होऊ लागेल. अशा प्रकारे आपल्यालाही शरीर आणि मनावर काम करून, दोघांमध्ये योग्य संतुलन साधण्याची कला शिकायला हवी. आसनं, प्राणायाम यांच्या साहाय्याने शरीर स्थिर तर करता येतंच. शिवाय असेही काही प्रयोग केले पाहिजेत, ज्यामुळे शरीर अकंप बनेल.

जसं, एक माणूस हातात थोडा वेळ वीट धरून उभा राहतो. त्याला बघायचं असतं, की किती काळापर्यंत न थरथरता मी वीट पकडू शकतो. अशा प्रकारच्या प्रयोगांमुळे शरीराला शिस्त येत जाते. अशा कितीतरी छोट्या छोट्या प्रयोगांमधून शरीराला प्रशिक्षित, शिस्तबद्ध करता येतं. जसं, एखाद्या वस्तूकडे थोडा वेळ एकटक पाहण्याचा किंवा आपली मूठ हळूहळू उघडण्याचा प्रयोग... असे प्रयोग करताना सुरुवातीला खूप कंटाळवाणं वाटेल. पण, कितीही कंटाळवाणं वाटलं, तरी सातत्याने हे करत राहा. यामुळे शरीरावर नियंत्रण येईल आणि आत्मविश्वास वाढण्यासाठी मदत होईल.

अशा प्रकारे शरीराला स्थैर्य प्राप्त झालं, तर कोणत्याही न आवडणाऱ्या घटनेतही आपलं मन स्थिर होऊ लागेल. शरीर आणि मन यांच्या दरम्यान श्वासांचा रुपेरी बंध असतो. आपला श्वास स्थिर ठेवून, दीर्घ श्वास घेत तो हळूहळू सोडला, तर आपण ही घोषणा करत आहात, 'मी आता संयमशील आहे.' कित्येकदा एखाद्या नकारात्मक घटनेमुळे श्वासाची गती बदलते, श्वासाची सहजता नाहीशी होते, हे आपल्याला जाणवतं. याचाच अर्थ, प्रत्येक घटनेमध्ये श्वासाच्या माध्यमातून शरीर आणि मनाच्या संतुलनाची माहिती आपल्याला मिळते. आपण जर संकल्प केला असेल, तर अशा घटनांमध्येदेखील आपल्या श्वासाची गती संतुलितच राहणार. परिणामतः आपण घटनेचा आनंद घ्याल, त्यामध्ये अडकून आपला आनंद आणि शांती गमावून बसणार नाही.

आता शरीर आणि मनावर संतुलन साधण्याचं काम करा. समोरचा जर आपल्याला टोचून बोलला, तर त्या माणसाला काही उत्तर देण्यापूर्वी आपण आपल्या श्वासावर लक्ष द्या, तो नियंत्रित करा आणि हळूहळू सोडा. त्यानंतर तुम्हाला जाणवेल की तुम्ही संयमाने, धीराने उत्तर देऊ शकला आहात. अन्यथा संतुलन बिघडलं, तर आपण आपला संयम गमावून बसतो आणि समोरच्याला नकारात्मक प्रतिसाद देत राहतो. या परिस्थितीत

आपला श्वासोच्छ्वास शांत आणि नियंत्रित नसतो, तर तो जोरजोरात सुरू असतो. परंतु श्वासावर नियंत्रण ठेवून आपण आपला संयम वाढवू शकता आणि येणाऱ्या संकटांना रोखूही शकता. याकरिता श्वासासंबंधी वेगवेगळी उदाहरणं सांगितली गेली.

पुढे एक प्रयोग दिला आहे. हा प्रयोग आपण नियमितपणे केल्यास आपलं शरीर शिस्तबद्ध होईल.

१. ध्यानाच्या आसनामध्ये किंवा आपण निवडलेल्या मुद्रेमध्ये, खुर्चीत अथवा जमिनीवर मांडी घालून बसा.

२. एक-दोन वेळा दीर्घ श्वास घेऊन हळूहळू सोडा आणि स्वतःला तणावरहित करा.

३. आता आपल्या श्वासाकडे पाहा. श्वास छोटा असेल, दीर्घ, सहज किंवा स्वाभाविक जसा असेल, तसाच सुरू ठेवा. श्वास नियंत्रित करण्याचा प्रयत्न करू नका. तसं केलं तर ते ध्यान न होता प्राणायाम होईल. आपल्याला प्राणायाम करायचा नसून केवळ साक्षी भावाने, द्रष्टा भावाने श्वासाची गती जाणायची आहे.

४. श्वास आत जात आहे, की बाहेर येत आहे, हे जाणत राहा... 'आता आत गेला...आता बाहेर आला...डाव्या नाकपुडीतून... उजव्या नाकपुडीतून... किंवा दोन्ही नाकपुड्यांमधून...' अशा प्रकारे श्वासाची प्रत्येक दिशा आणि प्रत्येक अवस्था म्हणजेच श्वास थंड आहे, की उष्ण हे जाणून घेत राहा.

५. आत-बाहेर येणाऱ्या-जाणाऱ्या प्रत्येक श्वासावर मनाला केंद्रित करा. आत जाणारा श्वास जाणा, बाहेर जाणारा श्वास जाणा. 'हा आत गेला... हा बाहेर आला... आत गेला... बाहेर आला...' स्वाभाविक, सहज श्वास केवळ जाणत राहा.

६. कधी श्वास दीर्घ असेल, कधी छोटादेखील असेल. शरीर स्थिर ठेवून येणारा-जाणारा प्रत्येक श्वास जाणत राहा.

७. आपल्याला शक्य असेल त्यानुसार १० ते २० मिनिटं हे ध्यान करीत राहा. अखंड सराव केल्यानंतर आपण जेव्हा या ध्यानामध्ये प्रवीण बनाल तेव्हा श्वासाचं गहिरं ध्यान अवश्य करा.

शरीर आणि मनाची स्थिरता वाढविण्यासाठी वरील प्रयोगाव्यतिरिक्त साधे, पण परिणामकारक असे इतरही काही प्रयोग आहेत.

जसं, एखाद्या दिवशी कामाची खूप धावपळ होते, तिथे जाणीवपूर्वक आपल्या कामाची गती कमी करा आणि शरीरावर संतुलन कायम ठेवा. काही ठिकाणी नम्र आणि मंद स्वरात बोला. शारीरिक पातळीबरोबरच मानसिक पातळीवरही या प्रयोगांची पडताळणी करून पाहा. 'वास्तविक मनाला धीर गमावण्याची आवश्यकताच नाहीये; परंतु त्याच्याकडे असं कोणतं अज्ञान आहे किंवा कोणती समज नाही ज्यामुळे ते धीर गमावत आहे?' असे प्रश्न स्वतःलाच विचारा. त्या घटनांमध्ये असं काय आहे, जे आपल्याला माहिती नाही, यावर मनन करा.

जसं, तुम्ही ऑफिसमध्ये आहात आणि तुमच्या घरून, पाहुणे येणार असल्याचा फोन येतो. ते ऐकताच तुम्ही अस्वस्थ होता. तुम्हाला लगेच आठवतं, 'अजून हे काम झालेलं नाही... ते पण नाही...' आणि हळूहळू तुमचा धीर खचायला लागतो. अशा वेळेस मानसिक स्तरावर संतुलन साधत अगोदर, 'पाहुणे किती वाजता येणार आहेत... पाहुण्यांबरोबर आणखी किती लोक आहेत...' अशी सगळी माहिती गोळा केल्यानंतर आपल्याला समजेल, इतके इतके लोक येणार आहेत. पहिल्यांदा ते अमुक अमुक ठिकाणी... अमुक मंदिरात जाणार आहेत. तिथे दर्शन घेऊन मग तुमच्या घरी येणार आहेत. घरी येता येता त्यांना रात्रीचे १० वाजणार आहेत. अशा प्रकारे पूर्ण माहिती मिळवल्यानंतर आपली सगळी कामं अगदी सहजपणे संयमासह करू शकाल.

संपूर्ण माहिती गोळा केल्यानंतर तुमच्या लक्षात येईल, कसं होईल... काय होईल... असं म्हणत तुम्ही इतका वेळ जे बेचैन होता, प्रत्यक्षात त्याची काहीच गरज नव्हती. तुम्हाला इतकं अधीर होण्याची आवश्यकताच नव्हती. यापुढची माहिती तर तुमच्यासाठी आनंदाची वार्ताच घेऊन येणार असते. तुम्हाला समजतं, एकूण चार पाहुणे आले आहेत; परंतु तुमच्या घरी केवळ एकच पाहुणा येणार आहे, बाकीच्यांची व्यवस्था दुसरीकडे केलेली आहे. शिवाय तो एक पाहुणादेखील रात्री जेवूनच येणार आहे. त्याचबरोबर त्याने, रात्रीचा स्वयंपाक करू नका, असा तुम्हाला निरोप दिला आहे. कारण येताना तो तुमच्यासाठी जेवणाचं पार्सलही आणणार आहे आणि इतकंच नव्हे, तर तुमच्या मुलांसाठी तो खेळणीपण घेऊन येणार आहे.

या उदाहरणातून समजून घ्यायचं आहे, की ज्या घटनेमध्ये आपण धीर गमावता ते गमावण्याची खरोखरच आवश्यकता आहे का? कुठे त्रोटक, अर्धवट माहिती तर मिळालेली नाही ना, हे थांबून तपासा. तसं असल्यास स्वतःलाच सांगा, 'अगोदर खात्री करून घेऊ या, निश्चित कोण येणार आहे, किती वाजता येणार आहे, किती दिवस राहणार आहे...' हे सगळं विचारल्यानंतर अशांत राहण्याची वेळच येणार नाही.

पाहुणे आल्यावर जर आपल्याला काम करावं लागलं, तर संयम गमावण्याची जराही आवश्यकता नाही. त्या वेळीदेखील आपण संतुलित अवस्थेत राहून काम करू शकतो; कारण तेव्हाही आपल्याला तितकंच कार्य करायचं आहे, जितकं आपण करू शकतो. त्यापेक्षा अधिक काही करायचं नाही. मन केवळ एक विचार पकडतं आणि त्यामुळे गडबड व्हायला सुरुवात होते.

ज्यांचा संयम लवकर सुटतो, अशांसाठी संकल्पशक्ती वृद्धिंगत करण्यासाठी काही वेगळे प्रयोग सांगितले जातात. जसं, फोनची घंटी वाजल्यावर फोन ताबडतोब न उचलता, चार-पाच वेळा वाजल्यानंतर शांतपणे उचलायचा. पण, अशा वेळेस सामान्य बुद्धीचा (कॉमन सेन्सचा) वापर खूप आवश्यक आहे. अन्यथा जेव्हा फोन ताबडतोब घेणं गरजेचं आहे, तिथे धीर वाढवण्याचा प्रयोग करणं म्हणजे हास्यास्पद ठरेल.

मुसळधार पाऊस पाहून जर तुमचा धीर सुटत असेल, तर स्वतःलाच सांगा, 'पाऊस येतोय तर येऊ दे.' संयम नसल्याने मन म्हणतं, 'हे काम लवकर करा' तेव्हा जाणीवपूर्वक ते काम सावकाश करा. त्यानंतर तुमच्या लक्षात येईल की मनाची बडबड बंद झाली आहे.

तुम्ही जर घाईघाईत अंघोळ करत असाल, तर अगदी सावकाशपणे अंघोळ करायला शिका. प्रत्येक वेळेस असं केलं, तर मनाला सिग्नल मिळेल, त्याच्या लक्षात येईल, 'जिथे जिथे मी घाई करतो, तिथे आणखी उशीर होतो.' त्यामुळे ते बडबड बंद करेल. अशा प्रकारे हळूहळू मनाला हे संकेतदेखील मिळतील, की कोणत्याही गोष्टीमध्ये घाईगडबड करायची नाही, अन्यथा ते काम होण्यासाठी आणखीच उशीर होतो.

अशा प्रकारे दररोज आपल्याला धीर वाढवण्याच्या, आत्मबल वृद्धिंगत करण्याच्या अनेक संधी उपलब्ध होत असतात. सगळी नाती, कुटुंब, नोकरचाकर म्हणजे जणू संयम वाढवण्याची संधीच. 'संयमाचं फळ गोड असतं' हे यासाठीच म्हटलं आहे. कारण काळाबरोबर

आत्मविश्वासाच्या शिखरावर पोहोचण्यासाठी सगळ्यांत महान आणि आवश्यक गुण आहे संयम. संयम वाढवण्यासाठी अंतरंगातील मंदिरात जावं लागेल. कित्येक गोष्टी आपोआप उलगडतात. नंतर आपल्याला समजतं, काम करण्यासाठी जी गडबड केली, त्याची काही आवश्यकताच नव्हती.

त्यामुळे धीर वाढवण्यासाठी या भागामध्ये जे प्रयोग सांगितले गेले, त्यांचा वापर अवश्य करा; परंतु सामान्य ज्ञानासह. आपल्या संयमामुळे इतर कोणाला त्रास होऊ नये, याची काळजी घ्या. अन्यथा आपला संयम इतरांच्या दुःखाचं कारण बनेल, असं होऊ नये. त्यामुळे संयमासह समज असणं अत्यंत आवश्यक आहे. मगच तुमचा आत्मविश्वास वृद्धिंगत होऊ शकेल.

मनन करण्यायोग्य गोष्टी

- आत्मविश्वासाच्या शिखरावर पोहोचण्यासाठी सगळ्यांत महान आणि आवश्यक गुण आहे संयम.
- समोरचा जर आपल्याला टोचून बोलला, तर त्या माणसाला काही उत्तर देण्यापूर्वी आपण आपल्या श्वासावर लक्ष द्या, तो नियंत्रित करा आणि हळूहळू सोडा. त्यानंतर तुम्हाला जाणवेल की तुम्ही संयमाने, धीराने उत्तर देऊ शकला आहात.
- तुमच्या मनात एखादी इच्छा जागृत झाल्यानंतर, ताबडतोब ती पूर्ण करण्याऐवजी विवेकाचा आणि बुद्धीचा सल्ला ऐकून, मगच ती पूर्णत्वास न्या.
- तुमच्या इच्छेला थोड्याशा कालावधीसाठी रोखलं तरीही तुमचं आत्मबळ वाढेल.
- आज जर आपण काही गोष्टींसाठी इतरांवर अवलंबून असाल, तर संयमासोबत ते गुण आपल्यामध्ये आणायला सुरुवात करा.
- रोज रात्री झोपण्यापूर्वी स्वतःला एक प्रश्न अवश्य विचारा, 'आणखी एखादं काम मी करू शकतो का?' उत्तर मिळताच, ते काम पार पाडा. संकल्पशक्ती वाढवण्याची ही सर्वोत्तम युक्ती आहे.

२०

स्वसंवादांचा उपयोग

आत्मबळप्राप्तीचं दुसरं रहस्य

'यशस्वी होणं माझ्यासाठी सुरक्षित आहे.
जीवनाचं माझ्यावर प्रेम आहे म्हणून जीवन
मला यशस्वी बनवण्यासाठी प्रयत्नशील आहे.'

आपल्या स्वसंवादाचा आपल्या शरीरावर आणि मनावर खूप खोलवर प्रभाव पडत असतो, ही गोष्ट सर्वांना माहीत नसल्यामुळे बऱ्याच वेळा अजाणतेपणाने मनात नकारात्मक स्वसंवाद चालू असतात. स्वसंवाद म्हणजे आपण दिवसभरात स्वतःसोबत करत असलेला संवाद!

तुम्ही रोज 'मी आत्मविश्वासाने ओतप्रोत भरलोय' असं पुनःपुन्हा म्हटलं, तर तुमच्या अंतर्मनाचा, अचेतन मनाचा विश्वास दृढ होईल. जेव्हा अचेतन मन एखादी गोष्ट मानते, तेव्हा तशाच गोष्टी आपल्या आयुष्यात घडू लागतात. अचेतन मनाचा हा गुण जर तुम्हाला समजला, तर तुमच्या जीवनात आरोग्य, प्रेम, धन, आनंद आणि

आत्मविश्वास तुम्ही सहजतेनं प्राप्त कराल. अचेतन मन आपल्या जुन्या वैचारिक ढाच्यानुसार कार्य करतं आणि जोपर्यंत तुम्ही त्याला नवीन वैचारिक ढाचा देत नाही, तोपर्यंत जुना ढाचा कधीच तुटणार नाही. तेव्हा आजच आपला नवीन वैचारिक ढाचा तयार करू या. ज्यामध्ये प्रेम, स्वास्थ्य, वेळ, आनंद आणि आत्मविश्वास भरपूर असेल.

या नवीन सकारात्मक वैचारिक ढाच्याचा (पॅटर्न) रोज पुनरुच्चार होणं आवश्यक आहे- अगदी शेकडो वेळा, जोपर्यंत तुमच्या अंतर्मनाचा पूर्ण विश्वास बसत नाही. अचेतन मनामध्ये एखादी गोष्ट बिंबवायची असेल तर त्यासाठी युक्ती आहे, पुनरावृत्ती (रिपिटेशन). हीच पुनरावृत्ती जुनं नकारात्मक प्रोग्रॅमिंग नष्ट करते. नवीन, तेज, ताजं बनण्यासाठी या सूत्राचा भरपूर लाभ घेणं आवश्यक आहे. सकारात्मक शब्दांची निवड करून, सहजतेने आणि प्रेमाने त्यांचा पुनरुच्चार करा. काही वाक्यं तर पाठच करून ठेवा जेणेकरून तुम्ही थेट अंतर्मनात प्रवेश करू शकाल.

हा स्वसंवाद स्वतःच्या शरीराला रिलॅक्स करून, खुर्चीवर बसून किंवा झोपून, लय व तालात करायला हवा. जेव्हा शरीर आराम करत असते तेव्हा अशा स्वसंवादाचा परिणाम दहापट वाढतो. शक्य असेल तर नवीन वैचारिक स्वसंवादाला कवितेचे रूप द्या. वेळ मिळेल तेव्हा ही कविता गुणगुणता येईल. अचेतन मनापर्यंत पोहोचण्यासाठी ताल आणि संगीत हा सर्वोत्तम मार्ग आहे.

आत्मबळ वृद्धिंगत करण्यासाठी काही महत्त्वपूर्ण स्वसंवाद-

१. 'मी जीवनाची दिव्य अभिव्यक्ती आहे. मी किती महत्त्वपूर्ण आणि अद्भुत आहे, याची मला पूर्ण कल्पना आहे.'

२. 'मी प्रेमपूर्वक माझ्या शरीराची, मनाची, बुद्धीची आणि भावनांची कदर करतो, त्यांची देखभाल करतो.'

३. 'आता मी पुढे जाण्यास तयार आहे, कारण दिव्य योजनेवर माझा पूर्ण विश्वास आहे. मी आता नवीन जबाबदारी घेऊ शकेन, ज्यासाठी निसर्ग मला साहस देईल. मी समृद्ध आणि सुरक्षित बनत चाललोय.'

याशिवाय खाली काही वैशिष्ट्यपूर्ण आणि अतिशय परिणामकारक स्वसंवाद

दिले आहेत. त्या स्वसंवादांचीही सतत पुनरावृत्ती करून तुम्ही आत्मविश्वास वृद्धिंगत करू शकता.

'In every minute, in every way my body mind is getting better and better.'

'प्रत्येक दिवशी आणि प्रत्येक क्षणी सर्वांगाने (सर्व बाजूंनी) माझं तन-मन उत्तम होत आहे.'

'I am God's property. Only Confidence can touch me.'

'मी ईश्वराची दौलत असल्यामुळे केवळ आत्मविश्वासच मला स्पर्श करू शकतो.'

'यशस्वी होणं माझ्यासाठी सुरक्षित आहे. जीवनाचं माझ्यावर प्रेम आहे म्हणून जीवन मला यशस्वी बनवण्यासाठी प्रयत्नशील आहे.'

'मी जीवनासाठी स्वतःला मोकळीक देत आहे. जीवनाचा अनुभव घेण्यासाठी मी इच्छुक आहे.'

'मी ईश्वराची दौलत आहे. कोणतीही वाईट शक्ती मला स्पर्श करू शकत नाही.'

'मीच प्रेम आहे, चांगुलपणा आहे आणि आनंदाने मी माझ्या जीवनाला प्रवाहित होऊ देतोय.'

'मी स्वतःला पुढे जाण्याची परवानगी देत आहे. पुढे जाणं नेहमीच सुरक्षित आहे.'

'मी अतिशय सहजपणे स्वतःच्या हक्कांबाबत बोलू शकतो.'

'मी आनंदाने, शांतीने, खुल्या दिलाने आणि साहसाने संवाद साधतो.'

'सर्व प्रकारच्या दोषांतून मी मुक्त आहे. मी समोरील व्यक्तीचा दृष्टिकोन समजून घेतो. स्वतःचे हृदय उघडून मी प्रेमाचे गीत गाऊ शकतो. मी सहजतेने स्वतःच्या अधिकारांबाबत बोलू शकतो. मी सहजपणे पूर्णता करू शकतो.'

'माझा विश्वास आहे की, माझ्या जीवनात घडणारी प्रत्येक घटना ही दिव्य योजनेनुसारच घडत आहे.'

'माझा जन्म केवळ आणि केवळ जिंकण्यासाठीच झाला.'

'होय! मी कोणतंही कार्य पूर्ण करू शकतो.'

अशा प्रकारचे स्वसंवाद तुमचं व्यक्तिमत्त्व आत्मविश्वासपूर्ण बनवतील.

अशा प्रकारचा नवीन विचारांचा, शुभ विचारांचा स्वसंवाद सतत आपल्या मनाशी करा. आपण भय, शंका आणि अविश्वास या दुर्गुणांतून मुक्त झाल्याची घोषणा करा. जर तुम्हाला लवकरात लवकर आत्मविश्वास प्राप्त करायचा असेल तर एक खूप सोपा आणि तितकाच प्रभावी प्रयोग तुम्ही नक्की करून बघा. एका कॅसेटमध्ये किंवा तुमच्या मोबाईल, आय-पॅडमध्ये सकारात्मक स्वसंवाद तुमच्याच आवाजात रेकॉर्ड करा आणि ती रेकॉर्ड केलेली कॅसेट सकाळ, दुपार, संध्याकाळ जेव्हा वेळ असेल त्या वेळी ऐका. ती टेप ऐकताना शक्यतो तुम्ही 'शवासना'च्या अवस्थेत झोपून ऐका. शवासन हे खूप महत्त्वाचं आसन आहे. शरीराला शिथिलता आणण्यास शवासनाचा खूपच फायदा होतो. या आसनामुळे फक्त शरीरालाच नव्हे, तर मनाला आणि विचारांनाही पूर्ण आराम मिळतो.

आत्मविश्वास वृद्धिंगत करण्यासाठी सर्वप्रथम शवासन करा आणि त्यानंतर स्वसंवादांची पुनरावृत्ती करा-

१. पाठीवर उताणे झोपावे.

२. साधारणतः दोन्ही पायांमध्ये १२ ते १८ इंच इतके अंतर असावे, तर हात शरीरापासून ८ ते १२ इंच दूर ठेवावेत.

३. शरीराला पूर्ण रिलॅक्स (शिथील) करावे.

४. डोके शक्य असेल त्याप्रमाणे डावीकडे-उजवीकडे ठेवावे.

५. डोळे बंद करून शांत व्हावे. हळूहळू स्वतःला आत्मसूचना देऊन शरीर पूर्ण सैल सोडावे. प्रत्येक अवयवाला पूर्णपणे रिलॅक्स करावे.

६. श्वासावर मन एकाग्र करण्याचा प्रयत्न करावा. जेवढे सहजपणे करता येईल तेवढेच करण्याचा प्रयत्न करावा.

७. साधारणत: १५ ते २० मिनिटे शवासन अवस्थेत राहण्याचा प्रयत्न करावा. शक्यतो झोप लागणार नाही याची काळजी घ्यावी.

अशा प्रकारे स्वसंवादाची कॅसेट तयार करताना पुढीलप्रमाणे स्वसंवाद टेप करू शकता :

'मी माझ्या नकारात्मक स्वसंवादातून पूर्णपणे मुक्त झालो आहे. मी अतिशय शांत आणि समाधानी आहे. माझे जीवन पूर्णपणे सुरक्षित व समृद्ध आहे. माझ्यामध्ये असलेल्या आत्मविश्वासाची मला जाणीव होत आहे. मी स्वतःवर खूप प्रेम करतो, त्यामुळे मी स्वतःला आहे तसं स्वीकारलंय. माझ्या जीवनातील प्रत्येक काम योग्य प्रकारे पूर्ण होत आहे. मी नेहमी वर्तमानात राहून प्रत्येक काम करतो. माझ्या जीवनात शांती, समाधान, आनंद आणि संपन्नता आहे. मी आणि माझे विचार नेहमी प्रसन्न असतात. मी चैतन्य आहे. मी संपूर्ण आहे. मी आत्मविश्वासाच्या शिखरावर आहे.'

'माझा जन्म केवळ आणि केवळ जिंकण्यासाठीच झालाय.'

मनन करण्यायोग्य गोष्टी

▶ अचेतन मनामध्ये एखादी गोष्ट बिंबवायची असेल तर त्यासाठी युक्ती आहे, पुनरावृत्ती (रिपिटेशन). हीच पुनरावृत्ती जुनं नकारात्मक प्रोग्रॅमिंग नष्ट करते.

▶ तुम्ही रोज 'मी आत्मविश्वासाने ओतप्रोत भरलोय' असं पुनःपुन्हा म्हटलं, तर तुमच्या अंतर्मनाचा, अचेतन मनाचा विश्वास दृढ होईल.

▶ नवीन विचारांचा, शुभ विचारांचा स्वसंवाद सतत आपल्या मनाशी करा. आपण भय, शंका आणि अविश्वास या दुर्गुणांतून मुक्त झाल्याची घोषणा करा.

२१

भावनेचं सामर्थ्य

आत्मबळप्राप्तीचं तिसरं रहस्य

दिवसभरात ठरवलेला एखादा संकल्प,
वचन पूर्ण करण्याची संधी जेव्हा येईल,
तेव्हा तुमच्यातील पूर्ण शक्तीनिशी तो पूर्ण करा.

आत्मानुशासन हेही सफलतेच्या ध्येयाचं आवश्यक अंग आहे. आपल्या शरीरावर नियंत्रण आणण्यासाठी आणि मूलभूत यश प्राप्त करण्यासाठी माणसाने रोज एक नवा संकल्प करायला हवा. त्यावर मेहनत घेऊन यश प्राप्त करावं. स्वतःच्या संकल्पावर म्हणजेच वचनावर दृढ राहिल्यास संपूर्ण सफलतेचं ध्येय तुम्ही निश्चितपणे गाठू शकाल.

अगदी पूर्वीपासून देवळात किंवा आपल्या घरातल्या देवघरात देवाच्या मूर्तीवर फूल वाहण्याची पद्धत आहे. मनुष्य जेव्हा दररोज सकाळी देवाच्या मूर्तीवर फूल वाहतो, तेव्हा मनातल्या मनात तो त्या दिवसाचा प्रण

निर्धारित करतो. म्हणजे 'आज मी दिवसभर अमुक एका गोष्टींसाठी सजग राहीन किंवा अमुक एक काम पूर्ण करेन...' असा संकल्प तो सोडतो. त्याच्या दृष्टीने मूर्तीवर एक फूल वाहणं म्हणजे आज एक काम निश्चित करून ते पूर्ण करणं होय. कुणी जर दोन फुलं वाहिली तर त्याचा अर्थ ईश्वराशी आज त्याने दोन कामं करण्याचा वायदा केला आहे. म्हणजे ही दोन कामं, दोन संकल्प पूर्ण करण्याचा निश्चय केला आहे. खरंतर कोणतेही संकल्प, वचन घेण्यामागे मनुष्याची संकल्पशक्ती वाढावी, हाच एकमेव उद्देश असतो. कारण संकल्पशक्ती कार्य आणि परिणाम प्रकट करते. शिवाय संपूर्ण सफलतेसाठी संकल्प, वचन अत्यावश्यक आहे.

मनुष्य ईश्वरापुढे जेव्हा एखादी भावना व्यक्त करतो, तेव्हा तो त्या भावनेशी बांधलेला असतो. परमेश्वराची शपथ घेऊन ती तो मोडू शकत नाही, म्हणून या भावनेबरोबर फूल वाहण्याचं कर्मकांड माणूस करायला लागला. फूल अर्पण करण्याबरोबरच मनुष्यात काम पूर्ण करण्याची भावना निर्माण होते. एक छोटंसं फूल लोकांच्या विकासासाठी मोठं कारण बनतं.

रोज एका संकल्पावर काम करून मनुष्य स्वतःमध्ये नियंत्रण आणि आत्मबळ जागृत करू शकतो. हाच आत्मविश्वास त्याच्या संपूर्ण सफलतेच्या ध्येयाचं कारण बनतो.

एक महिनाभर रोज नवा संकल्प घेऊन त्यावर काम करा. तुम्ही जेव्हा पुढील महिन्याच्या पहिल्या तारखेला पुन्हा संकल्पाचा विचार कराल, तेव्हा तुमचा तो दिवस तसा जाणार नाही, जसा पहिल्या दिवशी प्रयोग करताना गेला होता. कदाचित पहिला दिवस असाही गेला असेल, की त्या संपूर्ण दिवसात तुम्हाला तुम्ही केलेल्या संकल्पाची एकदाही आठवण झाली नसेल. दिवसाच्या शेवटी तुम्ही या विचाराने कासावीससुद्धा झाला असाल, 'अरे, मी जो संकल्प केला होता, निश्चय केला होता, त्यावर काहीच काम केलं नाही.' तेव्हा तुम्हाला समजून घ्यायला हवं, की हाही एक प्रयोग आहे, ज्यामध्ये सातत्य राखण्याची आवश्यकता आहे. तुम्ही व्याकूळ, निराश न होता दुसऱ्या दिवशी पूर्ण निश्चयाने, सफलतेच्या भावनेने एक नवा संकल्प सोडा.

दिवसभरात ठरवलेला एखादा संकल्प, वचन पूर्ण करण्याची संधी जेव्हा येईल,

यशस्वी मनुष्य यश मिळाल्यावर थांबत नाही. तो नेहमी पुढे घडणाऱ्या शक्यतेवर विचार करून काम करू लागतो. यामुळे दुहेरी फायदा होतो. पहिला फायदा: नवीन शक्यता, नवीन सफलतेचं दर्शन होतं. दुसरा फायदा: वारंवार मागे घसरण्याचा धोका टळतो. म्हणजे आत्मविश्वास डळमळत नाही.

तेव्हा तुमच्यातील पूर्ण शक्तीनिशी तो पूर्ण करा. एकही संधी दवडू नका. एका नव्या वचनाने, संकल्पाने दुसऱ्या दिवसाची जय्यत तयारी करा. आत्मविश्वासासाठी हा प्रयोग अत्यंत आवश्यक आहे.

महिन्याच्या पहिल्या दिवशी किंवा प्रत्येक आठवड्याला एका संकल्पावर कायम राहून तो दिवसभरात अथवा संपूर्ण आठवड्यात पूर्ण करण्याचा निर्णय घ्या. जसं, पहिल्या आठवड्याचं पहिलं वचन आहे, 'आज प्रत्येक काम पूर्ण उत्साह आणि विवेकाने करायचं आहे' किंवा 'आजचा दिवस निरर्थक बडबड करायची नाही.' मग त्या दिवशी किंवा त्या आठवड्यात तुम्ही या निर्णयावर ठाम राहायचं आहे. याप्रमाणे पूर्ण महिन्याच्या प्रत्येक दिवसासाठी पुढे काही वचनं निर्धारित केली आहेत. तुम्ही ती वचनं किंवा स्वतःची काही नवी वचनं जोडून प्रयोग करा. प्रत्येक प्रयोग आत्मविश्वास दृढ करण्याचा अभ्यास असल्याने त्याचं यश संपूर्ण सफलतेकडे घेऊन जाणारं पाऊल ठरेल.

मनन करण्यायोग्य गोष्टी

- लोकांना तुमची कृती ठाऊक असते, पण त्यामागची तुमची भावना (निर्णय व उद्देश) त्यांच्या लक्षात येतेच असं नाही.
- दररोज किंवा दर आठवड्याला स्वतःच्या मनात वेगवेगळी भावना ठेवा आणि त्या भावनेवर (संकल्पावर) काम करा.
- दररोज स्वतःच्या मनात एखादी भावना, एखादा संकल्प घेऊन काम केल्यानं तुम्हाला स्वतःच्याच अनेक अपप्रवृत्तींपासून मुक्ती मिळेल.
- जे लोक ज्ञान अर्जित करून, जबाबदारी स्वीकारतात, त्यांच्याद्वारे ईश्वराची (सत्याची) अभिव्यक्ती होत असते.

२२

मंथनातून मिळवा आत्मबळ

आत्मबळप्राप्तीचं चौथं रहस्य

खरं म्हणजे आत्मबळ तुमच्याकडे मुळात असतंच,
केवळ त्याची जाणीव तुम्हाला होत नसते.
हेच आत्मबळ विचारांच्या मंथनानंतर प्रकट होतं.

एका पौराणिक कथेनुसार, अमृतरूपी अद्भुत शक्ती प्राप्त करण्यासाठी देव आणि दानवांमध्ये समुद्रमंथन झालं. या समुद्रमंथनात पर्वताची रवी आणि सर्पाचा दोर बनवला गेला. प्रत्यक्षात अशक्यप्राय वाटणारी अशी ही गोष्ट. इथं पर्वताचा अर्थ, सहजासहजी शक्य न वाटणारं कार्य आणि सर्प म्हणजे भीतीचं प्रतीक आहे. भीतीमुळे हातपाय न गाळता, तिच्यावर मात केली, तिच्याशीच दोन हात केले तर पर्वतासारख्या अशक्यप्राय कार्यालादेखील गती मिळते, चालना मिळते. हेच या गोष्टीतून आपल्याला दाखवून दिलंय.

या समुद्रमंथनातून चौदा रत्नं, विष, अमृत अशा

अनेक गोष्टी बाहेर आल्या. तसंच तुमच्या जीवनातही प्रत्येक घटनेचं, प्रसंगाचं, विचाराचं मनन-मंथन केलंत तर त्यातून प्राप्त होईल आत्मविश्वासरूपी रत्न!

दही कसं घुसळतात, दह्याचं मंथन कसं होतं, हे तुम्हाला ठाऊक असेलच. दही घुसळल्यावर लोणी वर येतं... हे लोणी कुठून येतं? बाहेरून की दह्यातून? नक्कीच, लोणी त्या दह्यातच असतं. परंतु ते बाहेर काढण्यासाठी मंथनाची, घुसळण्याची आवश्यकता असते. घुसळण्याच्या क्रियेमुळेच अस्सल तूप निर्माण होतं. त्याप्रमाणेच स्वतःच्या विचारांचंही मंथन केलंत, तर तुम्हाला मिळेल आत्मविश्वासाचं लोणी!

एका उदाहरणातून हे समजून घेऊया. तीन युवकांचं जीवन अतिशय खडतर बनलं होतं. कारण त्यांच्याकडे गरजेपुरता पैसा, माफक शिक्षण आणि योग्य मार्गदर्शन यांचा अभाव होता. त्यातील एक युवक अशा परिस्थितीने बेजार होऊन व्यसनाधीन झाला. तो त्याच्या अपयशाचं खापर इतरांच्या डोक्यावर फोडत होता. तसंच कठीण परिस्थिती आणि नशिबालाही दोष देत होता. दुसरा युवक खडतर परिस्थितीशी संघर्ष करून स्वतःच्या पायांवर उभा राहिला. मात्र, त्याच्या जीवनात जी परिस्थिती होती, त्याबद्दल त्याने कुणालाही दोषी ठरवलं नाही. याउलट अथक प्रयत्न, सद्विचार आणि आशावादी दृष्टिकोन यांच्या साहाय्याने तो एका कंपनीचा मॅनेजर बनला.

तिसऱ्या युवकानं मात्र या समस्येला निमित्त बनवून समस्येवर आरपार विचार केला. आर-पार विचार करणं म्हणजे प्रत्येक पैलू लक्षात घेऊन वेगवेगळ्या दृष्टिकोनातून विषयाच्या सखोलतेवर विचार करणं. यालाच मंथन असंही म्हणता येईल.

त्या तिसऱ्या युवकाच्या मनात त्याच्यावर ओढवलेल्या परिस्थितीवर मंथन करताना एक प्रश्न निर्माण झाला, 'सफलता-असफलता यांच्याही पलीकडे एखादी गोष्ट आहे का? ती प्राप्त केल्यानं असामान्य अशी संतुष्टी प्राप्त करता येईल का?' असे प्रश्न त्यानं स्वतःला विचारले. त्या प्रश्नांवर सखोल मनन केलं, त्यातील निरनिराळ्या पैलूंवर, वेगवेगळ्या दृष्टिकोनातून विचार केला आणि सत्याचा शोध पूर्ण केला. एवढंच नव्हे तर तो इतर करोडो लोकांच्या विकासात निमित्त बनला.

असा असतो मंथनातून प्रकटणारं आत्मबळ! तुम्ही स्वतःच्या विचारांवर मनन करता-करता मंथन सुरू होतं आणि मंथनामुळे अधिकाधिक मनन घडतं. ज्याप्रमाणे

रवी घुसळण्यानं लोणी निघतं आणि लोण्याच्या ओशटपणामुळे रवी अधिक वेगात घुसळली जाते, त्याप्रमाणे मनन आणि मंथन यांचे अंतर्संबंधही सखोल आहेत. असं मंथन केल्यानंतरच अस्सल आत्मविश्वास प्रकटतो आणि तो प्राप्त होताच तुम्ही खऱ्या आनंदात अभिव्यक्तीला प्रारंभ करू शकता. खरं म्हणजे आत्मविश्वास तुमच्याकडे मुळात असतोच, केवळ त्याची जाणीव तुम्हाला होत नसते. तोच आत्मविश्वास विचारांच्या मंथनानंतर प्रकट होतो.

आत्मविश्वास वृद्धिंगत करण्यासाठी मंथनाच्या माध्यमातून प्रामाणिकपणे विचार करण्याची अत्यंत आवश्यकता आहे. 'प्रामाणिकपणे विचार आणि स्वतःशी खोटं न बोलणं' यातूनच तुमचं व्यक्तिमत्त्व प्रतिबिंबित होतं. आत्मविश्वासाच्या निर्मितीसाठी मंथन करायचं असेल तर त्यासाठी एक प्रभावी तंत्र उपलब्ध आहे, ते म्हणजे '६ क प्रश्न' (6Q) तंत्र. या तंत्रात कोणत्याही विषयासंदर्भात पुढील सहा प्रश्न विचारले जातात- काय? का? कोठे? कसे? कोण? आणि केव्हा? एखाद्या विषयाचं मंथन करण्यासाठी हे ६ प्रश्न अतिशय उपयुक्त ठरतात.

समजा, तुम्हाला एखाद्या वस्तूविषयी, पेनाविषयी मंथन करायचं असेल तर त्यासाठी या ६ प्रश्नांचा वापर कसा करायचा हे समजून घेऊया. त्यासाठी तुम्हाला पुढीलप्रमाणे प्रश्न विचारता येतील -

१. काय - पेन काय काम करते?

२. का - पेनचा उपयोग का केला जातो?

३. कोठे - पेनचा उपयोग कोठे-कोठे केला जातो?

४. कसे - पेनचा उपयोग कसा होतो?

५. कोण - पेनचा उपयोग कोण करतात?

६. केव्हा - पेनचा उपयोग केव्हा-केव्हा करण्यात येतो?

या सर्व प्रश्नांवर सखोल मनन करून त्यांची उत्तरं शोधा. नव्या दृष्टिकोनातून विचार करा. त्यामुळे तुम्ही पेनमध्ये लपलेल्या अनेक शक्यता पाहू शकाल. कोणत्याही

वस्तूविषयी, विचाराविषयी, भावनेविषयी सर्व शक्यता आपल्याला ठाऊक झाल्या की अंतर्यामी निर्माण होतो दृढ आत्मविश्वास!

आत्मविश्वास वृद्धिंगत करण्यासाठी '६-क' तंत्राच्या साहाय्यानं तुम्ही स्वतःलाच पुढीलप्रमाणे प्रश्न विचारू शकता-

१. आत्मविश्वास म्हणजे नेमकं काय?

२. मला माझ्या व्यक्तिमत्त्वात आत्मविश्वासाचा अभाव का जाणवतो?

३. मला आत्मविश्वासाचा अभाव कोठे-कोठे जाणवतो? (कोणत्या प्रसंगी माझा आत्मविश्वास कमी होतो?)

४. यशप्राप्तीत आत्मविश्वासाचा कसा उपयोग होतो?

५. आत्मविश्वास वाढवण्यासाठी मला कोण मार्गदर्शन करू शकतं?

६. मला आत्मविश्वास वृद्धिंगत करण्याची संधी केव्हा मिळू शकते?

अशा प्रकारे मंथनशक्तीच्या साहाय्यानं तुम्ही सर्व प्रश्नांची उत्तरं जाणून घ्याल. त्या उत्तरांच्या आधारेच तुमचा हरवलेला आत्मविश्वास परत मिळेल.

प्रस्तुत पाठाच्या सुरुवातीला सांगितलेल्या मंथनाच्या गोष्टीतून आपल्याला एक महत्त्वाचा संकेत मिळतो. तो म्हणजे, 'अथक परिश्रम, झटून मेहनत केली तर सर्वकाही प्राप्त होऊ शकतं!' या कथेमध्ये देव आणि दानव चांगल्या व वाईट भावनांचं प्रतीक आहेत. या दोन्ही भावनांमध्ये तुम्हाला मंथन करायचं आहे. समजा, आपल्या मनात एखाद्याबद्दल ईर्ष्येचे विचार येऊ लागले, तर स्वतःलाच प्रश्न विचारा, 'या ईर्ष्येमागे माझे कोणते चुकीचे विचार आहेत? ती व्यक्ती मला का आवडत नाही ? मी स्वतःला त्या व्यक्तीपुढे तुच्छ समजतो का? असं नेमकं कोणतं कारण आहे, ज्यामुळे मला ती व्यक्ती आवडत नाही?' समजा याचं उत्तर आलं, 'लोक आपल्यापेक्षा त्या व्यक्तीला जास्त महत्त्व देतात', तर पुन्हा प्रामाणिकपणे मनन-मंथन करा, 'त्या व्यक्तीमध्ये अशी कोणती चांगली बाब आहे, ज्यामुळे लोक त्याला माझ्यापेक्षा अधिक महत्त्व देतात?' मग त्या व्यक्तीचा द्वेष करण्यात तुमची ऊर्जा निरर्थक गमावण्यापेक्षा, स्वतःमध्ये ते गुण

विकसित करण्याचा प्रयत्न करा. गुणांचा विकास साधताच, त्यामागून येईल आत्मविश्वास!

या आत्मविश्वासामुळे तुमच्यासमोर पूर्वी कधीही विचार न केलेलं तथ्य प्रकट होईल. याच तथ्यांच्या आधारे तुम्ही सत्यापर्यंत पोहोचाल.

मात्र कधी-कधी तुम्ही काही भ्रामक, मिथ्या गोष्टींनाच योग्य समजून, त्याप्रमाणे वागता. जसं तुम्हाला ऑफीसमध्ये त्रास देणाऱ्या एखाद्या व्यक्तीबद्दल विचार करता, 'मी त्याला खोटा कसा सिद्ध करू... त्याचं नुकसान झाल्यावर मला समाधान वाटेल... प्रमोशन मिळवण्यासाठी अशी खेळी करूया...' पण असे विचार वरवर आकर्षक दिसत असले तरी असतात सत्यापासून दूर नेणारेच! या मिथ्या, भ्रामक सत्यामुळे तुम्ही स्वतःचीच फसवणूक करता आणि आत्मविश्वासाला सुरुंग लावता.

पण मंथनामुळे माणसाच्या मनात दृढ आत्मविश्वास तर निर्माण होतो. शिवाय दृष्टीला जे दिसतंय, केवळ तेच न पाहता, त्यामागे अदृश्यात असणारी ईश्वराची इच्छा पाहण्याचं प्रशिक्षणही त्यातून मिळतं.

म्हणूनच तुम्ही सातत्यानं मनन आणि मंथन करत राहायला हवं. मंथनाच्या प्रशिक्षणातूनच तुम्हाला आत्मविश्वास प्राप्त होतो. या आत्मविश्वासाद्वारे नकारात्मक घटनांनाही सकारात्मक बनवण्याची क्षमता तुमच्याकडे येते. मनन-मंथनाद्वारे तुम्ही प्रत्येक घटनेचा सकारात्मक पैलू पाहायला शिकता. म्हणूनच मंथनातून स्वतःमध्ये दडलेल्या आत्मविश्वासाला प्रकट होण्याची संधी द्यायला हवी.

यापुढे आयुष्यातील घटनेत कोणतीही मनोकथा तयार होताना, ती खरी आहे किंवा खोटी हे मंथनाच्या कसोटीवर पडताळून पाहा. मंथनाच्या शक्तीनं स्वतःचं आयुष्य स्वतःच पारखा. मनन आणि मंथनाद्वारे तुम्ही स्वतःच्या प्रवृत्तींपासून मुक्त होऊन, तुमच्या जीवनात बदल घडवू शकता.

कोणत्याही वस्तूविषयी, विचाराविषयी, भावनेविषयी सर्व शक्यता आपल्याला ठाऊक झाल्या की अंतर्यामी निर्माण होतो दृढ आत्मविश्वास!

मनन करण्यायोग्य गोष्टी

▶ अथक परिश्रम, झटून मेहनत केली तर सर्वकाही प्राप्त होऊ शकतं!

▶ आत्मविश्वास वृद्धिंगत करण्यासाठी मंथनाच्या माध्यमातून प्रामाणिकपणे विचार करण्याची अत्यंत आवश्यकता आहे.

▶ तुमच्या जीवनातील प्रत्येक घटनेचं, प्रसंगाचं, विचाराचं मनन-मंथन केलंत तर त्यातून प्राप्त होईल आत्मविश्वासरूपी रत्न!

२३

वेळेत पूर्ण करा प्रत्येक काम
यशासाठी पहिली कार्ययोजना

'मी काय करू, मला वेळच मिळत नाही' ही सबब कधीच सांगू नका. विजेच्या दिव्याचा शोध लावणाऱ्या एडिसनकडे जेवढा वेळ होता तेवढाच वेळ रोज तुमच्याकडेही असतो.

आत्मविश्वास वाढविण्यासाठी तुमची काही कामं निर्धारित वेळेत पूर्ण करायला हवीत. माणसानं एखादं काम ठरलेल्या वेळेत पूर्ण केलं, की त्याचा स्वतःवरचा विश्वास वाढू लागतो. म्हणून आधी एखादं छोटंसं काम निर्धारित वेळेत संपवण्याचा निर्णय घ्या. मग, सर्वस्व पणाला लावून ते काम ठरलेल्या वेळेत किंवा वेळेपूर्वी पूर्ण करा. अशा प्रकारे काम केल्यानं दुर्बळातील दुर्बळ व्यक्तीही तिच्यात आत्मविश्वास निर्माण करू शकते.

कोणतं काम आधी करावं

सर्वप्रथम कोणतं काम करावं, कुठून सुरुवात करावी, हे

ठरवण्याची वेळ प्रत्येकावर अनेकदा येते. याचं उत्तर सरळ आहे - जे काम जास्त महत्त्वाचं असेल तिथून सुरुवात केली पाहिजे. समोर अनेक पर्याय दिसतात, तेव्हा आधी काय करावं, प्रथम कोणतं काम पूर्ण करावं, असे प्रश्न पडतात. समजा, खूप कामं करायची राहिली असतील तर त्यांपैकी कोणत्या कामाला प्राधान्य द्यावं, हे ठरवण्यासाठी प्रथम आपल्या सगळ्या कामांची यादी करा. त्यानंतर जी अत्यंत तातडीची (Urgent) आणि महत्त्वाची असतील, त्या कामांची वेगळी यादी करा. त्या यादीतूनही महत्त्वाची पण त्यातल्या त्यात कमी तातडीची कामं (not urgent) निवडून त्यांची वेगळी यादी करा. आता खाली दिल्याप्रमाणे पुढील चार विभागांत वर्गीकरण करून तुम्ही सर्व कामं एकाच कागदावर लिहू शकता.

१) **महत्त्वाची आणि अर्जंट** (A Priority) : ही कामं खूप महत्त्वाची आणि ताबडतोब करण्यायोग्य असतात. ही कामं तुम्हालाच करायची असल्याने ती त्वरित पूर्ण करा. घरातील इतर कुणी तुमची ही कामं करू शकत नाही. तुमच्या डायरीत अशा कामांची सर्वांत वरच्या भागात नोंद करा. यावर आपली संपूर्ण प्रगती अवलंबून असते. जसं, शाळेत-कॉलेजात, ऑफिसात तुम्हालाच जावं लागतं, तुमचा अभ्यास तुम्हालाच करावा लागतो, स्वास्थ्य हवं असेल तर व्यायामदेखील तुम्हीच केला पाहिजे. तुमच्याऐवजी इतर कुणी या गोष्टी करून चालणार नाही.

२) **महत्त्वाची परंतु नॉट अर्जंट** (B Priority) : ही कामं महत्त्वाची असतात, पण ती त्वरित पूर्ण करण्याची गरज नसते. अशी कामं डायरीत लिहून वेळ मिळताच करायला घ्यावीत. उदाहरणार्थ, व्यायाम करायचा आहे; पण सकाळी वेळ मिळाला नाही तर तो संध्याकाळी करता येतो. कारण व्यायाम करणं महत्त्वाचं आहे; पण तो ताबडतोबच केला पाहिजे असं नाही. अन्यथा, इतकं काम करूनसुद्धा कामाचा ताण कमी झाला नाही, याची खंत वाटत राहील. उपलब्ध वेळेत पहिल्या आणि तिसऱ्या क्रमांकाची कामं आधी पार पाडा. ही कामं उज्ज्वल भविष्यकाळासाठी उपयुक्त ठरतात.

३) **महत्त्वपूर्ण नसली तरी अर्जंट** (C Priority) : अशी कामं मुळात फार महत्त्वाची नसली तरी ती लगेच पूर्ण करणं आवश्यक असतं. उदाहरणार्थ, विजेचं बिल वेळेवर भरणं, रेल्वेची तिकिटं आरक्षित करून ठेवणं. ही कामं इतरांकडून करून घेता येतात. आपला बहुमूल्य वेळ वाया घालवण्याऐवजी अशी कामं दुसऱ्या कुणावर सोपवली तरी

चालतात. तातडीची (अर्जंट) असल्यामुळेच ती महत्त्वाची ठरतात. मात्र ती तुम्ही स्वतःच केली पाहिजेत असं नव्हे.

समजा, तुम्हाला बाजारातून एखादी वस्तू आणायची आहे आणि तुमचा शेजारी त्याचवेळी बाजारात जाणार असेल, तर त्याला तुम्ही हे काम करण्यासाठी सांगू शकता. त्याचप्रमाणे तुम्हीही स्वतःचं काम करताना इतरांना मदत करू शकता. अशाप्रकारे परस्परांना मदत करून वेळ वाचवणं शक्य असतं. ही समज असेल तर 'योग्य काम योग्य व्यक्तीला सोपवण्याची कला' तुम्हाला अवगत झाली, असं म्हणता येईल.

४) **ना महत्त्वाचं ना अर्जंट** (D Priority) : ही कामं विशेष महत्त्वाची नसतात. शिवाय, ती पूर्ण करण्याची जास्त निकडही भासत नाही. जसं, सिनेमाला जाणं, हॉटेलात जाणं, क्रिकेट मॅच बघणं इत्यादी. शक्यतो या गोष्टी टाळणंच उत्तम ठरतं.

अशाप्रकारे, तुम्ही वरीलप्रमाणे आपल्या कामांची यादी केली नाही तर दिवसभर भरपूर कष्ट करूनही 'काही तरी राहून गेलं' ही खंत वाटत राहील.

उपलब्ध वेळ आणि पूर्ण करायची कामं यांची सांगड घालायला हवी. म्हणजेच वेळेचं नीट व्यवस्थापन करायला शिका. लक्षात घ्या, चांगल्या सवयी अंगी बाणवाल तरच वेळेची बचत होऊ शकेल. इंटरनेट, मोबाईल, कॉम्प्युटर, व्हॉट्स अप, फेसबुक यांसारख्या अत्याधुनिक तंत्रज्ञानाचा वेळ वाचवण्यासाठी सदुपयोग करा. पण त्यांच्या आहारी जाऊन व्यसनाधीन होऊ नका.

'वेळ नाही' ही सबब सांगू नका

'मी काय करू, मला वेळच मिळत नाही' ही सबब कधीच सांगू नका. विजेच्या दिव्याचा शोध लावणाऱ्या एडिसनकडे जेवढा वेळ होता तेवढाच वेळ रोज तुमच्याकडेही असतो. तुम्ही मोठा शोध लावला नाहीत तरी चालेल; पण किमान स्वतःची कामं वेळेवर पूर्ण करणं एवढं तर तुम्हाला निश्चितच करता येईल! वेळेची किंमत ओळखा. गेलेला काळ कधीही परत येत नसतो. वेळ फुकट घालवणं म्हणजे आयुष्य फुकट घालवण्यासारखंच नव्हे का? जेवढं मोठं लक्ष्य, तेवढीच वेळेचं नियोजन करण्याची कला तुमच्या अंगी असायला हवी.

वेळेचा सदुपयोग करणं म्हणजे निर्धारित काम योग्य वेळी पूर्ण करणं. जे लोक आजचं काम उद्यावर, उद्याचं परवावर ढकलतात ते अयशस्वी ठरतात.

सकाळी लवकर उठणाऱ्या लोकांची धावपळ होत नाही, घाई गडबड होत नाही, चिडचिड होत नाही. त्यामुळे ते ऑफिसात वेळेवर जाऊ शकतात. विनाकारण होणारा आरडाओरडा, गडबड गोंधळ आणि ताणतणाव टाळू शकतात. ठरवल्याप्रमाणे वेळेवर काम पूर्ण करणाऱ्यांना अचानक येणाऱ्या नव्या कामाचं मुळीच दडपण येत नाही. कोणत्याही गोष्टीसाठी ते तत्पर असतात. एक काम पूर्ण होण्याआधीच दुसरं काम दत्त म्हणून उभं ठाकताच माणूस कमालीचा अस्वस्थ होतो. पण वेळेवर काम सुरू करून वेळेवर पूर्ण करण्याची सवय लागताच, कोणत्याही कामाचं ओझं वाटत नाही.

यासाठीच वेळेचं नियोजन करण्याचं तंत्र अवगत करायला हवं. दररोज रात्री झोपताना उद्या करायच्या कामांची मनात उजळणी करा. त्या कामात येऊ शकणाऱ्या संभाव्य अडचणींवर आधीच उपाय शोधून ठेवा. मग दुसऱ्या दिवशी तुमची सर्व कामं वेळेवर पूर्ण होतील आणि लोकांच्या नजरेत तुम्ही विश्वसनीय बनाल.

तहान लागल्यावर विहीर खोदू नका

तुम्हाला मोठं ध्येय साध्य करायचंय का? भव्य लक्ष्य गाठून नेत्रदीपक यश मिळवायचंय का? मग त्यासाठी खूप आधीपासूनच निर्णय घेण्याची कला अंगी बाणवा. जेणेकरून 'तहान लागल्यावर विहीर खोदायची' वेळ तुमच्यावर येऊ नये. तुमचं निर्धारित लक्ष्य प्रत्येक क्षणी तुमच्या नजरेसमोर असेल, तर मिळणाऱ्या प्रत्येक संधीचा उपयोग तुम्हाला करून घेता आला पाहिजे. योग्यवेळी योग्य निर्णय घेतल्यानेच समोर असणाऱ्या संधीचं सोनं करता येतं. कित्येकदा माणसाच्या आयुष्यात असे निर्णायक क्षण येतात; परंतु फार कमी वेळा योग्य निर्णय घेतले जातात. म्हणूनच योग्य निर्णय कसा घ्यावा, यासंबंधी प्रशिक्षणाची आज नितांत गरज आहे. आपण आपले निर्णय स्वतः घेतो की त्यासाठी इतरांवर अवलंबून राहतो? निर्णय घेण्याच्या किती

माणसानं एखादं काम ठरलेल्या वेळेत पूर्ण केलं, की त्याचा स्वतःवरचा विश्वास वाढू लागतो. म्हणून आधी एखादं छोटंसं काम निर्धारित वेळेत संपवण्याचा निर्णय घ्या.

तरी संधी आपल्या आयुष्यात वारंवार येत असतात. नव्हे नेहमी दार ठोठावतच असतात. मात्र आपल्याला त्या संधी ओळखता यायला हव्यात.

मनन करण्यायोग्य गोष्टी

▶ आत्मविश्वास वाढवण्यासाठी काही कामं निर्धारित वेळेतच संपवा.

▶ काम मध्येच सोडून दिल्याने आत्मविश्वास ढासळतो, म्हणूनच नेहमी तुमचं काम पूर्णत्वाला न्या.

▶ तुम्ही इतरांसाठी मनापासून काम केल्यानं, तुमचा आत्मविश्वास वृद्धिंगत होतो.

▶ माणूस जेव्हा अव्यक्तिगत व निःस्वार्थ सेवा करतो तेव्हा त्याला काहीही गमावण्याची भीती नसते.

▶ कुठल्याही कामाला सुरुवात करण्यापूर्वी स्वतःलाच विचारा, हे काम करण्याची शेवटची तारीख (डेडलाइन) काय आहे आणि त्याच तारखेला ते काम संपवा.

२४

सर्वोत्तम द्या

यशासाठी दुसरी कार्ययोजना

अविश्वासी माणूस इतरांना काहीही देण्यास कचरतो, त्यामुळे तो लगेचच तिरस्कार आणि द्वेषाची शिकार होतो.

लोक आपल्या मनातील इच्छा-आकांक्षा, मंदिर, पर्वत, झरे व नदी यांच्यासमोर ठेवतात. त्या विश्वासाच्या शक्तीनेच पूर्ण होतात. यासाठी ते काही कर्मकांड, दान, एवढंच काय पण उपवाससुद्धा करतात. वास्तविक या सर्व पद्धती विश्वास-बीजाचेच काम करत असतात आणि हेच विश्वास-बीज त्यांच्या जीवनात चमत्कार घडवून आणतात.

जे लोक विश्वास-बीज पेरतात, त्यांची कामं पूर्ण होतात. योग्य समज ठेवून जर विश्वास-बीज टाकलं तर ज्या चमत्काराची आपल्याला गरज आहे ते घडेल. आज ज्या अवस्थेत आपण आहात त्यात आपल्याला जुन्या

ढाच्यातून मुक्त होऊन चमत्कार घडण्याची गरज आहे. हा चमत्कार आपल्याला सर्व समस्यांमधून मुक्त करेल. परंतु असं घडावं यासाठी प्रथम विश्वास-बीज पेरावं लागेल.

आपण विश्वास-बीज टाकताच आपल्याला आवश्यक असलेला चमत्कार घडलेला दिसेल. आज आपण ज्या अवस्थेत आहोत, तिथं आपल्याला एका चमत्काराची आवश्यकता आहे. त्यामुळे आपल्या पैशाच्या अडचणींतून आपण सहीसलामत बाहेर पडू शकाल. परंतु तो चमत्कार आपल्या आयुष्यात घडण्यासाठी आधी आपल्याला पेरावं लागणार आहे, 'विश्वास-बीज'.

विश्वास-बीज ही ईश्वराची काम करण्याची सुंदर व्यवस्था, अनोखी पद्धत आहे. मात्र, आपल्याला जे हवंय, ते मिळवण्यासाठी आणि आपली प्रत्येक समस्या सोडवण्यासाठी ही पद्धत योग्य स्रोताकडून शिकायला हवी. शेतकऱ्यानं जर शेतात मका पेरला असेल तर पुढील लागवडीसाठी तो त्या पिकातील सर्वांत चांगले दाणे बियाणं म्हणून बाजूला काढून ठेवतो. खराब दाणे, बियाणं म्हणून कधी वापरत नाही. आपलं पीक भरघोस, सुंदर आणि पौष्टिक यावं यासाठी तो असं करतो. पण आपण मात्र असं करत नाही. शेतकरी सर्वोत्तमाची निवड करतो. कारण त्याला हे रहस्य माहीत असतं, 'सर्वोच्च फळ मिळवण्यासाठी, सर्वोत्तमाला सर्वोत्तम द्यायचं आहे.'

स्वतःलाच विचारा, आजवर आपण काय सर्वोत्तम दिलं आहे? मंदिरात गेलो तर तिथं काय दिलं? नारळ, प्रसाद, फूल, प्रार्थना, प्रेम, भावना, एखाद्या वाईट सवयीचा त्याग, काही संकल्प केलेत की फक्त फिरण्यासाठीच मंदिरात गेलात? आपल्याकडून निसर्गाला (ईश्वराला) काय देत आहात? जेव्हा आपण काही देता, एखादं बीज पेरता, तेव्हाच ईश्वर त्या बीजाचा वृक्ष व्हावा म्हणून त्या बीजावर काम करतो. ईश्वर आपल्याला सांगतो, प्रथम तुम्ही मला काहीतरी द्या; मगच मी ते बीज योग्य रीतीनं वाढावं यासाठी सुरुवात करेन.

आपण ईश्वराकडून यश, सुविधा, आरोग्य, सुरक्षा, प्रेम, आत्मविश्वास, प्रसिद्धी, पैसा प्राप्त करू इच्छितो. परंतु ते काम करवून घेण्याच्या बदल्यात त्याला काही देत नाही. प्रथम आपली ही चूक सुधारायला हवी. आपण हे पाहिलं असेल, एक बीज जमिनीत टाकताच कित्येक पटीनं पिकाच्या रूपानं आपल्याला परत मिळतं. हे सर्व कसं घडतं? ते पाहून सर्वांना आनंद आणि आश्चर्य होतं. निसर्गाची ही देणगी बघून सर्वांना

आनंद होतो. हा सर्व चमत्कार योग्य जमिनीत, योग्य बीज, योग्यवेळी टाकल्यामुळे होतो. हाच निसर्गाचा नियम माणसाच्या बाबतीतही लागू होतो. आपणसुद्धा आपलं सर्वोच्च बीज (गुण, कष्ट, वेळ, पैसा) सर्वोच्च जमिनीत (गरजवंत) गरजेनुसार, योग्य वेळी पेरा आणि मग बघा, नियती आपलं जीवन चमत्कारिकरीत्या आनंदाने कशी भरून टाकेल ते!

शेतकरी जमिनीत बियाणं पेरून कुठेही निघून जात नाही. शेतकरी सर्वतोपरी शेताचं रक्षण करतो, योग्य ती काळजी घेतो आणि प्रतीक्षा करतो. आपणही शेतकऱ्यासारखं बना. विश्वास-बीज पेरून जमीन सोडून जाऊ नका. ईश्वराला त्यावर कार्य करण्याची संधी देऊन परिणामांची वाट पाहा.

* एखाद्याला दान देणं म्हणजे एखाद्या चांगल्या कार्यात पैसे दान करणं.

* एखाद्याला मदत करणं.

* एखाद्याचं दु:ख ऐकणं.

* एखाद्याला वेळ देणं.

* एखाद्यासाठी मनापासून प्रार्थना करणं.

* एखाद्या आजारी माणसाची सेवा करणं.

* एखाद्या निरक्षरास साक्षर करणं.

* एखाद्याच्या प्रगतीसाठी निमित्त बनणं.

* एखाद्याला पैशाची मदत करणं.

* एखाद्याची समस्या आपल्या ताकदीनुसार, समजेनुसार सोडवणं.

* उपाशी माणसाला जेवू घालणं.

* आजारी माणसाला औषध पाजणं.

* एखाद्याचं अज्ञान दूर करणं.

* एखाद्याचं दु:ख वाटून घेणं.

या सर्व गोष्टी करणं म्हणजे विश्वास-बीजाची पेरणी होय. इथं आपण आपला वेळ, कला, श्रम, पैसा, ज्ञान व ध्यान गरजवंतांना देत आहात. हेच विश्वास-बीज आहे. विश्वास-बीज टाकून आपण समस्यांना घाबरून निराश होऊ नका. मध्येच पळून जाऊ नका. विश्वास ठेवा, की अशाप्रकारे आपण विश्वास-बीज पेरलं आहे व त्याचं फळ अवश्य मिळणार आहे. मात्र ते फळ ग्रहण करण्यासाठी आपण उपस्थित राहायला हवं. घटनांना घाबरून जर निराश झालात, तेथून निघून गेलात, तर ईश्वराकडून अपेक्षा करणं आपण सोडलं असाच याचा अर्थ होईल. असं कधीही करू नका. ईश्वराला पूर्ण कार्य करण्याची संधी द्या.

माणूस जमीन सोडून जातो कारण त्याच्या जीवनात काही समस्या येतात. समस्यांमुळे त्याचा विश्वास डगमगू लागतो. काही समस्या शेजाऱ्यांकडून, पत्नीकडून, बॉसकडून, वातावरणातून, स्वास्थ्यातून, वर्तमानपत्रातून, टीव्हीतून येतात. त्या कोठूनही आल्या तरी समज हीच ठेवा की त्या तुम्हाला जीवनाचा धडा शिकवण्यासाठी आल्या आहेत. विश्वास-बीज टाकल्यानंतर पूर्ण विश्वासाने, धैर्याने प्रतीक्षा करा. मनातल्या मनात म्हणा, ''विश्वास-बीज टाकल्यामुळे समस्या आता आश्चर्यकारक पद्धतीनं दूर होणार आहेत. ईश्वर त्यावर कार्य करून समाधानाच्या रूपानं आपल्याला परत देणार आहे आणि तेही हजार पटीनं!'' हे समाधान प्राप्त करण्यासाठी प्रतीक्षा करा व पूर्ण विश्वास ठेवा.

आपण आजपर्यंत अनेक गोष्टी करत आलात. ईश्वराला बरंच काही देतही आलात. म्हणजेच आपण विश्वास-बीजं टाकली आहेत. परंतु हे सर्व आपण अज्ञानात केल्यामुळे मोबदल्यात नेहमीच इतरांकडून अपेक्षा ठेवल्या आहेत. ईश्वराकडून अपेक्षा करणं आपण सोडलं आहे. खरंतर हा अविश्वास आणि निसर्गनियमांविषयीचं अज्ञान हेच दुःखाचं मूळ कारण आहे.

आपण ईश्वराला काम करण्याची संधीच दिली नाही. म्हणून तर त्या विश्वास-बीजाचं फळ आपल्याला मिळालं नाही. उदाहरणार्थ, आपण बँकेत चेक दिला आणि रक्कम घेण्यासाठी थांबलो नाहीत तर आपल्याला पैसे कसे मिळणार? माणसाकडून नेमकी हीच चूक होते. अशी चूक कधीही करू नका. विश्वास-बीज टाकणं म्हणजे कुणालाही मदत करताना या विचारानं करायची आहे, की 'ही मदत मी ईश्वराला विश्वास-बीजाच्या रूपानं देत आहे.' म्हणून ईश्वराकडूनच आपण अपेक्षा ठेवा. मोबदल्यात ईश्वर आपली प्रत्येक उणीव पूर्ण करेल.

आत्मविश्वास आणि आत्मबळ

बीज पेरून थांबायचं आहे. कावळ्यांमुळे (समस्यांनी) त्रस्त होऊ नका. प्रथम कावळे दिसतात, हंस (समाधान) मागून येतात. कावळे अँटेनावर बसले म्हणून भराभर चॅनल बदलू नका. आपल्याला हवा असणाराच चॅनल बघा. याचाच अर्थ मन जेव्हा त्रस्त करेल, समस्या येतील, दुःखं येतील, ताण-तणाव असतील, तेव्हा ईश्वराची प्रार्थना करा. विश्वास-बीज पेरून वाट पाहा आणि विश्वास-बीजाच्या चमत्काराने समस्या विलीन होताना बघा.

आपल्याला जीवनात काय हवंय, ते प्रथम निश्चित करा. आपल्याला ज्ञान, आत्मविश्वास, स्वयंबोध हवा की सुखसुविधा, लाभ-सुरक्षा हवी? प्रथम हा निर्णय घ्या आणि मग ईश्वराला सांगा (प्रार्थना करा) ''आता मी माझं सर्वोत्तम (बेस्ट) तुम्हाला देत आहे आणि मगच तुमच्याकडून 'बेस्ट'ची इच्छा ठेवीन.''

ईश्वराकडे भीक मागायची नाही. कारण त्यालाही कधी असं वाटत नाही, की कोणी त्याच्याकडे भीक मागावी. ईश्वराने दुनियेचा खेळ आनंदासाठी मांडलेला आहे. ही ईश्वराची लीला अगाध आहे, त्यात भीक मागण्याचा प्रश्नच उद्भवत नाही. परंतु मनुष्य अज्ञानामुळे असा विचार करतो, ईश्वर माणसाला त्रस्त करतो, गुन्हेगार, अपराधी, मवाली, गुंड, व्याधिग्रस्त बनवतो. हा सारा खेळ माणसाला त्रस्त करण्यासाठी बनवलेला नसून आनंदाची देवाण-घेवाण करण्यासाठी आहे, आनंदाच्या अनंत शक्यता अनुभवण्यासाठी बनवलेली ही क्रीडा आहे. समज प्राप्त झाल्यानंतर या सर्व गोष्टी लक्षात येतील.

'हे जग सुंदर आहे'
यावर विश्वास ठेवलात
तर तुम्हाला तसेच पुरावे मिळतात.

ईश्वर आपल्या नियमांनुसार माणसाला सर्वकाही भरपूर देऊ इच्छितो आणि या नियमांचं ज्ञानदेखील आपल्याला निसर्गाद्वारे देत असतो. निसर्गात एक बी अनेक बियाणं निर्माण करतं. जसं, काट्यांचं एक बीज (अविश्वास) अनेक बीजांची (दुःखाची) निर्मिती करतं, तसंच फळ-फुलांचं बी (आत्मविश्वासरूपी बीज) फळांच्या अनेक बीजांची (सुखाची) निर्मिती करते. हाच नियम माणसांच्या बाबतीत लागू पडतो.

यासाठी ईश्वराची काम करण्याची पद्धत आपल्याला शिकायची आहे. आपण जर

हे ज्ञान प्राप्त केलं, विश्वास-बीज पेरण्याची योग्य पद्धत शिकून घेतली तर आपल्याला कधीही कोणाकडे भीक मागण्याची गरज नाही. समजेसह प्रार्थना केली तर प्रार्थनाच एक विश्वास-बीज बनेल आणि विश्वास-बीज पेरताच आपल्या विकासाचं पुढील कार्य सुरू होईल.

मनन करण्यायोग्य गोष्टी

▶ लोकांचे नवस विश्वासाच्या शक्तीमुळेच पूर्ण होतात.

▶ जे लोक विश्वास-बीजं पेरतात, त्यांची कार्ये चमत्कारीकरित्या पूर्ण होतात.

▶ स्वतःला नेहमी सांगा, 'सर्वोत्तम गोष्टी (चमत्कार) प्राप्त करण्यासाठी, सर्वोत्तम शक्तीला (ईश्वराला) सर्वोत्तमच (विश्वासबीज) द्यायला हवं.'

▶ विश्वासबीज पेरल्यानंतर एखाद्या शेतकऱ्याप्रमाणे तिथंच थांबा. जमीन (आशा) सोडून निघून जाऊ नका. तुमच्या विश्वास-बीजाचं जोमदार पीक येण्याची वाट पाहा, त्याची आशा कधीच सोडू नका.

▶ ईश्वर तुमच्या विश्वासबीजांवर कार्य करून तुम्हाला हजारो पटींनी वाढवून देणार आहे, यावर सदैव विश्वास ठेवा.

▶ तुम्हाला जीवनात काय हवंय, याचा आधी निर्णय घ्या. मग ईश्वराला सांगा, 'मी तुला माझ्याकडचं सर्वोत्तम देतोय, मला तुझ्याकडून सर्वोत्तमच मिळायला हवं.'

▶ तुम्ही समजेसह प्रार्थना केलीत तर तुमची प्रार्थनाच विश्वासबीज बनेल आणि तुमची पुढील कार्यं कोणत्याही अडथळ्याशिवाय बिनबोभाट पार पडतील.

▶ तुम्ही काटेरी बीज (अविश्वासाचं बीज) पेरलंत तर काट्यांचीच अनेक बीजं (दुःखं) निर्माण होतात. तर, फळांचं, फुलांचं बीज (विश्वासाचं बीज) पेरलं तर त्यांचीच अनेक फळं (सुख) तयार होतात.

▶ तुमचं प्रत्येक सत्कर्म जसं, दान देणं, एखाद्याची मदत करणं, दुःखाच्या वेळी धीर देणं, एखाद्याचं म्हणणं नीट ऐकून घेणं, एखाद्याला पुरेसा वेळ देणं, एखाद्यासाठी प्रार्थना करणं, सेवा करणं... ही सर्व विश्वासबीजं आहेत. ही विश्वासबीजंच तुमच्या जीवनात चमत्कार घडवून आणू शकतात.

२५

चार पावलं

यशासाठी तिसरी कार्ययोजना

केवळ सकारात्मक दृष्टिकोन ठेवल्यानं कार्यं घडून येत नसतात. आपली लहानात लहान असलेली कृतीसुद्धा सकारात्मक असायला हवी.

पहिलं पाऊल : जबाबदारी स्वीकारा

काही लोक जबाबदारी घेण्यात कुचराई करतात. तुम्ही त्यांच्यापैकी तर नाही ना? तुम्ही तसे असाल तर पुढील गोष्टींचा नीट विचार करा. जे लोक स्वतःची जबाबदारी ओळखून वागत नाहीत त्यांना बेजबाबदार म्हटलं जातं. बहुतांश लोक इतरांच्या चुका काढण्यात स्वतःला धन्य समजतात. कारण ते स्वतः अयशस्वी असतात. म्हणून ते नेहमीच इतर कुणाला अथवा दैवाला जबाबदार मानतात. सदैव आपल्या नशिबाला दोष देऊन स्वतःला कमनशिबी समजतात. दुसऱ्याला मिळालेलं यश त्यांच्या डोळ्यांत सलत राहतं. समजा अशा लोकांनी एखादी

जबाबदारी घ्यायचं ठरवलं तरी ते शेवटपर्यंत त्या गोष्टीचा पाठपुरावा करू शकत नाहीत. कारण एकतर असे लोक मुळातच निष्काळजी असतात, शिवाय त्यांच्यात आत्मविश्वास नसतो. अविरतपणे काम करण्याची सवय आणि क्षमताही नसते. याची कल्पना त्यांना स्वतःला असल्याने त्यांनी नव-नव्या सबबी आधीच शोधून ठेवलेल्या असतात. हे काम वाटतं तेवढं सोपं नाही किंवा या कामात खूप वेळ जाणार आहे, आपलं लक्ष्य गाठणं दिवसेंदिवस अधिक अवघड होतंय, असं दिसताच असे लोक ताबडतोब आपला विचार बदलतात. म्हणूनच, बेजबाबदार लोक आयुष्यात फारशी प्रगती करू शकत नाहीत.

दुसरं पाऊल : वचनबद्ध राहा

काही लोक 'खायला आधी आणि कामाला कधीमधी' अशा प्रकारचे असतात. 'काम नंतर सुट्टी आधी' हेच त्यांचं घोषवाक्य असतं. असे लोक कधीच यशस्वी होऊ शकत नाहीत; कारण ते बेजबाबदार असतात. जबाबदारी घ्यायची पात्रता, क्षमता त्यांच्या अंगी नसते. 'काम केल्यानं प्रकृती बिघडते' असा त्यांचा समज असतो. अगदी गळ्याशी येऊन ठेपेपर्यंत ते कामाला हात लावत नाहीत. वास्तविक आळस, शैथिल्य, सुस्ती, तमोगुण इत्यादींपासून मुक्त होऊन काम करणाऱ्याला यश मिळतं ही वस्तुस्थिती आहे. यशाची सर्वांत पहिली अट आहे, 'जबाबदारीनं काम तडीस नेणं'. कारण जबाबदारी घेणारे लोकच सर्वांना हवेहवेसे वाटतात.

समजा, एक दुकानदार आहे, 'अमुक वेळेपर्यंत सामान तुमच्या घरी आणून देईन' असं तो सांगतो; पण त्या वेळेला सामान पाठवत नाही. अशा दुकानदाराकडून तुम्ही सामान खरेदी कराल का?

जसं, तुमचा एखादा मित्र आहे, 'तुझं काम मी नक्की करून देईन' असं वचन तो तुम्हाला देतो. परंतु ऐनवेळी मात्र विसरून जातो. आणि जेव्हा तो तुम्हाला भेटतो तेव्हा म्हणतो, 'अरे, मी तर तुझं काम करायचं आहे हे विसरूनच गेलो.' अशा माणसाशी मैत्री ठेवणं तुम्हाला आवडेल का? निश्चितच नाही!

बेजबाबदार लोकांबरोबर बोलायला-चालायला, व्यवहार करायला, व्यापार करायला कुणालाही आवडणार नाही. अगदी त्याचप्रमाणे तुम्हीदेखील जबाबदारीने वागलात तरच लोक तुमच्याशी संबंध ठेवतील. 'आज मी काय करायला पाहिजे' हा

प्रश्न स्वतःला विचारून पाहा. तुमच्यात जर काही दोष असतील तर ते आधी दूर करण्याची जबाबदारी तुमची आहे. स्वतःची सर्व कामं तुम्हालाच पूर्ण करायची आहेत. असं केल्यानंतर तुम्हाला आत्मविश्वास प्राप्त होईल.

तिसरं पाऊल : 'अ-व्यक्तिगत' कार्य करा

अनेकांकडे दूरदर्शीपणा आणि आत्मविश्वास हे गुण असतातही; परंतु ते या गुणांचा उपयोग फक्त स्वतःचा स्वार्थ साधण्यासाठीच करतात. जो खरा जबाबदारीनं वागणारा असतो तो भविष्यकाळाचा विचार करून, वर्तमानात क्रांती घडवून आणतो. शिवाय ती क्रांती 'अ-व्यक्तिगत' (impersonal) असते, स्वतःपुरतीच मर्यादित नसते. 'अ-व्यक्तिगत' म्हणजेच इतरांचं, सर्वांचं भलं करणारं कार्य. हे कार्य करणाऱ्या व्यक्तीच खऱ्या अर्थानं जबाबदार असतात. अशा माणसांचा दृष्टिकोन समग्र विश्वात क्रांती घडवून आणतो. अ-व्यक्तिगत कार्य करण्याची प्रगल्भ समज तुमच्यामध्ये नसेल तर तुम्ही फक्त एक चांगले 'व्यापारी' म्हणून ओळखले जाल, जबाबदार माणूस नव्हे! जो खऱ्या अर्थाने जबाबदार असतो त्याला कामाचं कधी ओझं वाटत नाही कारण त्याला माहीत असतं, की त्याचं कार्य 'अ-व्यक्तिगत' आहे. केवळ व्यक्तीसाठी नसून अखिल मानवजातीसाठी आहे. तो कधी इतरांना दोष देत नाही, इतरांवर आरोप-प्रत्यारोप करत नाही, तक्रारी करत नाही. केवळ काम तडीस नेण्याकडे त्याचं लक्ष असतं. काम पूर्णत्वाला नेण्यासाठी रात्रंदिवस तो झटत असतो. स्वतःच्या जबाबदारीची त्याला पुरेपूर जाण असल्यानं त्याला माहीत असतं, की जबाबदार मनुष्यालाच स्वातंत्र्य उपभोगता येतं.

चौथं पाऊल - प्रत्यक्ष कृती करा

केवळ सकारात्मक दृष्टिकोन ठेवल्यानं कार्यं घडून येत नसतात. आपली लहानात लहान असलेली कृतीसुद्धा सकारात्मक असायला हवी. त्यामुळे आपण स्वतःमध्ये आणि इतरांमध्ये बदल घडवून, आपलं लक्ष्यही गाठू शकाल. एकदा तीन मित्र आपापसात गप्पागोष्टी करत होते. एकानं बाकीच्या दोघांना एका कार्यक्रमासाठी स्वतःच्या घरी येण्याचं आमंत्रण दिलं. त्याचं टुमदार घर, तेथील वातावरण, रम्य परिसर या सर्व गोष्टी पाहून दुसऱ्या मित्रानं विचारलं, 'इतकं छान घर कसं काय बांधलंस?' त्यावर तो मित्र उत्तरला, 'मी नाही बांधलं. माझ्या मोठ्या भावानं बांधलं आणि मला भेट म्हणून दिलं,'

दुसरा चकित होत म्हणाला, 'माझं घरही असंच छान असतं तर...' तेव्हा पहिल्यानं त्याला समजावत म्हटलं, 'अरे, तू फारच अल्पसंतुष्ट आहेस.' असं म्हण, 'मलाही असा भाऊ असता तर...!' एवढा वेळ त्यांचं बोलणं ऐकणारा तिसरा मित्र म्हणाला, 'तसंही नाही. असं म्हण, की मी जर असा मोठा भाऊ असतो तर...!'

इतरांना देण्यासाठी जे झटतात, इतरांना देण्याचा दृष्टिकोन जे ठेवतात, इतरांसाठी स्वर्ग निर्माण करण्याच्या प्रयत्नात जे राहतात, ते स्वतः स्वर्गातच असतात.

'माझ्याकडे असा मोठा बंगला असता तर...', 'मला असा भाऊ असता तर...' असे म्हणणारे पुष्कळ लोक असतात. पण 'मी असा भाऊ असतो तर!' असं म्हणणारा विरळाच. इतरांना देण्यासाठी जे झटतात, इतरांना देण्याचा दृष्टिकोन जे ठेवतात, इतरांसाठी स्वर्ग निर्माण करण्याच्या प्रयत्नात जे राहतात, ते स्वतः स्वर्गातच असतात. पुढच्या पिढीसाठी, जगात सुखशांती निर्माण करण्यासाठी आपण कोणती जबाबदारी घेत आहोत? काय करत आहोत? आपण आज जे करत आहोत, करणार आहोत, त्यातूनच जगात परिवर्तन घडून येणार आहे. म्हणून रोजचं लहान-सहान काम पार पाडण्याची जबाबदारी तुम्ही स्वतः घेऊन प्रत्येक काम तडीस न्या (Do it now).

मनन करण्यायोग्य गोष्टी

- बहुतांश लोक इतरांच्या चुका काढण्यात स्वतःला धन्य समजतात. कारण ते स्वतः अयशस्वी असतात. म्हणून ते नेहमीच इतर कुणाला अथवा दैवाला जबाबदार मानतात.
- तुमच्यात जर काही दोष असतील तर ते आधी दूर करण्याची जबाबदारी तुमची आहे. स्वतःची सर्व कामं तुम्हालाच पूर्ण करायची आहेत.
- केवळ सकारात्मक दृष्टिकोन ठेवल्यानं कार्यं घडून येत नसतात. आपली लहानात लहान असलेली कृतीसुद्धा सकारात्मक असायला हवी.
- यशाची सर्वांत पहिली अट आहे, 'जबाबदारीनं काम तडीस नेणं'. कारण जबाबदारी घेणारे लोकच सर्वांना हवेहवेसे वाटतात.

२६

स्वतःचं खरं रूप ओळखा

यशासाठी चौथी कार्ययोजना

लोकांचे नवस त्यांच्या विश्वासाच्या शक्तीमुळेच पूर्ण होतात. जे लोक विश्वासबीज पेरू शकतात, त्यांचीच कार्ये पूर्ण होतात.

संपूर्ण यश मिळण्याची इच्छा करणारा मनुष्य आत्मविकासाला अग्रक्रम देतो. आत्मविकास आपल्याला प्रामाणिक बनवतो. मनुष्याचा आत्मविकास त्याच्या अंतरंगातून सुरू होतो. म्हणून प्रथम आतूनच प्रामाणिक बनायला हवं. आपल्या इमानदारीतून खरेपणाचा प्रत्यय आणून द्यायला हवा. कपट-कारस्थान या गोष्टींपासून दूर राहायला हवं. या गोष्टी मनात नसतील तर माणसाचं आत्मिक बळ वाढेल. आत्मिक बळ वाढल्यामुळे तो आपल्या नव्या जीवनात कोणताही धोका, संकट यांना टक्कर देऊन प्रामाणिक बनेल. सत्य जाणण्याअगोदर एक गोष्ट समजून घ्या. तुम्ही आजपर्यंत

ज्याला सत्य समजत होता ते सत्य नाहीच. तुमचं जीवन जेव्हा तुम्हाला सत्य काय आहे हे सांगतं, तेव्हा मनात कोणताही किन्तु, परंतु न बाळगता ऐका. तेव्हाच तुम्हाला सत्य म्हणजे काय हे उमगतं. एका उदाहरणाद्वारे हे अधिक स्पष्ट होईल.

एक स्त्री मृत्यूनंतर स्वर्गाच्या दाराबाहेर उभी होती. ती बाहेरून दरवाजा ठोठावत होती. तेव्हा पहारेकऱ्याने तिला आत प्रवेश देण्यापूर्वी काही प्रश्न विचारताच तिनं उत्तरं दिली. त्यांच्यात झालेला संवाद पुढीलप्रमाणे...

पहारेकरी : *तू कोण आहेस?*

स्त्री : *मी एका मंत्र्याची पत्नी आहे. मला आत प्रवेश द्या.*

पहारेकरी : *मी तुमच्याबद्दल विचारतो आहे, तुमच्या पतीबद्दल नाही विचारलं. तुम्ही कोण आहात?*

स्त्री : *(थोडा विचार करून) मी अमेरिकन आहे.*

पहारेकरी : *मी तुझ्या देशाबद्दल विचारत नाही. तू स्वतःबद्दल सांग. तू कोण आहेस?*

स्त्री : *(थोडा आणखी विचार करून) मी तीन मुलांची आई आहे.*

पहारेकरी : *मी तुझ्या मुलांबद्दल विचारत नाही, तुझ्याबद्दल विचारतोय. तू कोण आहेस?*

स्त्री : *मी ख्रिश्चन आहे.*

पहारेकरी : *मी तुझ्या धर्माबद्दल विचारत नाही. तू जी उत्तरं देत आहेस, ती खरी नाहीत. तुला तुझ्याविषयी विचारलं जात आहे. तू खरी कोण आहेस?*

स्त्री : *(विचार करायला लागली) 'मी कोण आहे? कोण आहे? मी – मी– कोण – कोण...?'*

अशा प्रकारे त्या स्त्रीला 'तू कोण आहेस?' हा प्रश्न परत-परत विचारला जात होता आणि ती उत्तरं देत होती.

तेव्हा आतून जोरदार आवाज आला, 'निघून जा इथून, जोपर्यंत तुझं मी-मी चाललंय, तोपर्यंत तू स्वतःला ओळखू शकणार नाहीस.' आतील धारदार आवाज तिला म्हणाला, 'निघून जा!' (गेट आऊट!) ते ऐकताक्षणीच स्त्रीचा स्वप्नभंग झाला. ती जागी झाली. खरंतर तोवर ती एक स्वप्न पाहत होती. मात्र त्या दिवशी तिला खऱ्या अर्थाने जाग आली आणि तिने स्वतःला 'मी कोण आहे?' हे जाणायचा निर्णय घेतला.

ज्या दिवशी आपण स्वतःला जाणण्याचा निर्णय घ्याल, तो दिवस म्हणजे आपल्या नवीन जीवनाची सुरुवात असेल. त्या दिवसापासून आपलं खरं जीवन सुरू होईल. म्हणूनच म्हणतात, 'जब जागो तब सबेरा' म्हणजे 'जेव्हा जागरूक व्हाल ती सुखद प्रभात.' त्या दिवसापासून त्या स्त्रीचं अंतर्बाह्य जीवन बदलून गेलं. आजपर्यंत ती शरीर, मन, आई, पत्नी यातच स्वतःला पाहत होती आणि हेच गृहीत धरून ती 'मी आई आहे... मंत्र्याची बायको आहे...' अशी उत्तरं देत होती. पण मी स्वतः कोण ही ओळख पटताक्षणी सगळी उत्तरं चुकीची ठरली. वास्तविक ती जी उत्तरं देत होती, ती जगातील कुठल्याही न्यायालयात चुकीची ठरली नसती. हीच उत्तरं तिने एखाद्या न्यायालयात दिली असती तर गीता किंवा बायबलवर हात न ठेवताही ती खरीच ठरली असती. वर लोकही म्हणाले असते, 'ती म्हणते ते काही खोटं नाही. सगळं खरंच तर बोलते आहे बापडी!'

इथे त्या न्यायालयातील सत्याविषयी सांगितलं जात नाही, जिथं पैसा नव्हे तर सत्य पडताळलं जातं. तथापि, त्या न्यायालयाबद्दल आपण बोलत आहोत, जिथे सत्य ऐकून जीवनात परिवर्तन घडतं. आज गुरुवार आहे की रविवार, हे ऐकून आत्मविश्वास वाढणार नाही किंवा तुम्ही यशस्वीही होणार नाही. पण एक प्रखर सत्य ऐकल्याने तुमचं जीवन निश्चितच बदलून जाईल. संकेत त्या सत्याकडे आहे. ती स्त्री स्वतःला जे काही समजत होती, ती सारी उत्तरं तिच्या शरीराशी निगडित होती. पण सत्य वेगळं आहे आणि प्रामाणिक बनणं तर त्याहून वेगळी गोष्ट आहे. प्रामाणिक बनणं म्हणजे स्वतःला जाणून खरा विकास करणं होय.

माणसाला जर 'स्व-चौकशी' करण्याची सवय असती, तर त्याला स्वतःचा मूळ

स्वभाव जाणणं सहज सोपं झालं असतं. स्वतःच्या मूळ स्वभावाचा बोध होताच त्याच्यातील अहंकार नाहीसा होतो. अन्यथा जीवनातील प्रत्येक गोष्टींचं श्रेय तो स्वतःकडे घेत असतो. तो स्वतःलाच कर्ता समजून जगतो. सर्व कामं मीच केली, असं त्याला वाटत राहतं. वास्तवात स्वतःचं विस्मरण घडल्यानंच माणूस ईश्वरापासून स्वतःला वेगळा समजतो. 'कुणीतरी एक ईश्वर आहे, जो माझी अडलेली कामं करणार आहे. म्हणून मला जप, तप, काही कर्मकांडं करून त्याला प्रसन्न करायला हवं...' अशा कथा, कहाण्या त्यानं लहानपणापासून ऐकलेल्या असतात. त्यामुळे तो विचार करतो, 'मी ईश्वराकडून एखादी शक्ती मिळवली, तर लोक मला महान समजू लागतील. असं 'महान बनणं' हाच माझ्या जीवनाचा उद्देश असावा.' पण असे विचार म्हणजे 'मी कोण आहे?' या प्रश्नाचं उत्तर अजिबात नाही.

आत्मशक्ती प्राप्त करणं म्हणजे 'स्व'रूप जाणणं! माणूस म्हणजे ईश्वराचं प्रतिबिंब होय. ईश्वराच्या अंशरूपानं तुमच्या मनात वास करून असणारी शक्ती म्हणजे आत्मशक्ती असं म्हणता येईल. ही शक्ती पैसा अडका किंवा सामाजिक स्तरामुळे प्राप्त होणारी शक्ती नाहीये. ही बाहेरच्या जगातून मिळत नाही, तर तुमच्या अंतर्यामीच दडलेली असते. 'मी कोण आहे?' या प्रश्नाचं उत्तरच तुमच्यातील आत्मशक्ती जागृत करतं. या प्रश्नाच्या उत्तराबरोबरच जीवनाची, तुमच्या अस्तित्वाची, ईश्वराच्या अभिव्यक्तीची आणि पृथ्वीवरील सारी रहस्ये तुमच्यासमोर उलगडू लागतात. तुमचा 'मी'पणा विलीन होतो. शेवटी केवळ ईश्वरच (सेल्फ, स्त्रोत, परमचैतन्य) आहे हे लक्षात येतं. त्यालाच ईश्वर, अल्ला, गॉड, ओम, आमीन, ताओ, वाहे गुरू अशी निरनिराळी नावं दिली आहेत.

त्या परमचैतन्याला कुठल्याही नावानं उच्चारलं तरी हा 'सर्वव्यापी मी' एकच आहे. या जगात सजीव आणि निर्जीव प्राण्यांमध्ये, वस्तूंमध्ये सर्वत्र तोच एक 'सर्वव्यापी मी' वास करतोय. प्रत्येकाच्या माध्यमातून त्या 'सर्वव्यापी मी'ची अभिव्यक्ती होतेय! हे लक्षात आलं की आपोआपच तुमची आत्मशक्ती जागृत होते. तुमच्या शरीराद्वारे होणारं कार्य ईश्वरच करत असल्याचं सत्य तुमच्या लक्षात येतं. परिणामी या सत्यप्राप्तीसाठी कार्य करणं तुम्हाला सहज-सोपं होतं. आत्मशक्ती प्राप्त केल्यानंतर तुमच्यामधील कमतरता सहजपणे दूर होऊ लागतात आणि तुम्ही विश्वासानं जीवन जगू लागता.

शारीरिक बळ, नावलौकिक, पैसा आणि सत्तेमुळे निर्माण होणारा विश्वास अस्थायी स्वरूपाचा असतो.

हा स्वबोध, स्वानुभव प्राप्त होण्यापूर्वी तुम्ही स्वतःला केवळ एक शरीर मानून जगत असतो. मात्र हे शरीर तुमच्या वापराचं साधन असतं, त्यामुळे तुम्ही त्याला 'माझं शरीर' असं म्हणू लागता. एखादा चित्रकार जसा त्याच्या वापरातल्या ब्रशला 'माझा ब्रश' असं म्हणतो तसंच हे आहे. तुमचं शरीर म्हणजे तुमचा ब्रश आहे, ज्याद्वारे तुम्ही या संसाराचं चित्रं रेखाटताय (ईश्वराची अभिव्यक्ती करताय), हे ध्यानात ठेवा. मग, तुमच्या शरीराचा आणि मनाचा योग्य प्रकारे उपयोग केल्यावर आत्मविश्वास आश्चर्यकारक पद्धतीनं वाढतो.

मनन करण्यायोग्य गोष्टी

- आत्मशक्ती एक अशी शक्ती आहे, जिच्या साहाय्यानं तुम्ही प्रत्येक काम आत्मविश्वासानं करू शकता.
- आत्मशक्ती प्राप्त केल्यानंतर तुम्हाला स्वतःची प्रत्येक कमजोरी दूर करता येईल आणि तुम्ही विश्वासानं जगू शकाल.
- आत्मशक्ती मिळवणं म्हणजे, तुमचा मूळ स्वभाव ओळखून त्याप्रमाणे वागणं.
- एखाद्या शारीरिक कमतरतेमुळे अनेकदा लोकांना स्वतःच्या अंतर्यामी आत्मविश्वासाची उणीव भासते. अशा लोकांचा आत्मविश्वास वृद्धिंगत करण्यासाठी 'तुम्ही जसे आहात, तेच बना' (बी ॲज यू आर) हा मंत्र जादूच्या छडीप्रमाणे काम करतो.
- लोक बाहेरच्या शक्तीला आत्मशक्ती मानतात पण आत्मशक्ती तुमच्याच अंतर्मनाची (सेल्फची) शक्ती आहे.
- स्वतःच्या शरीराचा आणि मनाचा योग्य प्रकारे उपयोग केल्यानं तुमच्या विश्वासात आश्चर्यजनक वाढ होते.

२७

विश्ववासी, विश्वासी बना

यशासाठी पाचवी कार्ययोजना

जीवनात विश्वासापेक्षा अद्‌भुत असं काहीच नाही. ही अशी एकमेव शक्ती आहे, जिला ना तराजूमध्ये तोलता येतं ना कुठल्या प्रयोगशाळेत तिचं परीक्षण करता येतं.

अव्यक्तिगत जीवन महासफलतेचं चिन्ह आहे. महासफलता मिळवून असफल लोकांचा उद्धार करा. त्यांचा उच्चतम विकास होण्यासाठी त्यांना सवतोंपरी मदत करा. दुसऱ्यांना खरी मदत देण्याचा सर्वोत्तम उपाय म्हणजे त्यांना त्यांच्यातील महान शक्तीची जाणीव करून देणं. स्वतःच्या सफलतेचं श्रेय आपल्याकडे घेऊ नका. हे सगळं श्रेय परमेश्वराचं आहे, असं मानून ते आपल्या सहकाऱ्यांमध्ये वाटा. आपल्या यशाचा आनंद सर्वांना बरोबर घेऊन साजरा करा. असं केल्याने तुम्ही आपल्या साथीदारांबरोबर एका नव्या सफलतेचं बीजारोपण कराल, नवी सुरुवात कराल!

अर्थात ही शिकवण तुम्ही तेव्हाच अमलात आणाल, जेव्हा खालील तीन गोष्टींवर विश्वास ठेवाल.

१. ईश्वराचा प्रेमयुक्त अद्‌भुत न्याय.

२. मानवाच्या कल्याणातच स्वतःचं कल्याण.

३. अपयश हे दुःख देण्यासाठी नसून काही शिकवण, विकास संकेत, पुरस्कार, बळ, आव्हान देण्यासाठी येतं हा विश्वास.

'सर्वांच्या कल्याणातच माझं कल्याण आहे' हे वास्तव स्वीकारा. जेव्हा साऱ्या विश्वाचं कल्याण होतं, तेव्हा स्वतःचं कल्याण तर आपोआपच होतं. म्हणून एका गोष्टीचा नेहमी विचार करा, तुम्ही जो पैसा मिळवताय आणि जे काम करताय, त्यामुळे इतरांचा काही लाभ होतोय की नाही? कारण आपली जीवनगाथा लेखणीने नाही तर आपल्या कर्मांने लिहिली जाते. लोककल्याणाप्रीत्यर्थ केलेलं कर्म केवळ कथा नाही तर महान गाथा लिहितं.

'ज्या लोकांना प्रेम, पैसा, आरोग्य हवंय, त्यांना ते मिळण्यासाठी परमेश्वर मदत करो' अशी प्रार्थना तुम्ही सदैव करा. कारण तुम्हालाही या सर्व गोष्टी हव्या आहेत. जी गोष्ट मिळवून देण्यास तुम्ही निमित्त बनता, ती तुम्हाला मिळतेच हा सृष्टीचा नियम आहे. परमेश्वराच्या या अजब न्यायावर विश्वास ठेवाल, तेव्हाच सफलता आणि यशस्वी लोक सदैव आपल्यासोबत असतील. जे काम निःस्वार्थ भावनेने इतरांसाठी केलं जातं, त्याला सेवा म्हटलं जातं. सेवाकार्य करणारे नेहमी समाधानी असतात. कारण ते त्या कामाशी, स्रोताशी (सेल्फशी) जोडलेले असतात. याचाच अर्थ, एकच ईश्वर सर्वांच्या अंतरंगात असतो.

प्रत्येक सेवाकार्य तुमच्यात एक नवी प्रेरणा जागृत करतं. सेवाकार्यामुळे आपल्या व्यक्तिगत गरजा, स्वार्थीपणा नाहीसा होतो. जोवर आपल्याकडून हे होत नाही, तोवर सेवाशस्त्राचा उपयोग तुम्ही करू शकणार नाही. 'सेवा सेवकाची सेवा करते' हा मंत्र अहंकार नष्ट करणारं उचित शस्त्र आहे. या शस्त्रामुळे तुम्ही अहंकाररहित, अव्यक्तिगत जीवन जगू लागता. ईश्वराची वाणी म्हणते, 'कर्म करा, फळाची इच्छा ठेवू नका.' कारण फळ मिळाल्यावर मनुष्य त्यातच गुरफटून पडतो. फळ मिळत नाही तोवर तो

चांगल्या प्रकारे काम करतो. फळ मिळाल्यावर मात्र त्याला चिंता वाटते 'अरे! माझं हे फळ (श्रेय) कोणी घेणार तर नाही ना, ते इतर कुणालाही मिळता कामा नये. माझी युक्ती, कामाची पद्धत कोणीतरी चोरेल, त्याची कॉपी करेल.' फळ माणसाला गुंतवून टाकते, म्हणून फळाची इच्छा करू नका, त्यात अडकू नका असं म्हटलं जातं. फळामध्ये अडकून न पडण्यासाठी तुम्हाला अव्यक्तिगत सेवाकार्य करावं लागेल.

परोपकाराची भावना, इतरांच्या हिताचे विचार आपल्याला धाडसी, शक्तिशाली व भयमुक्त बनवतात; तर स्वार्थ, लोभ, लालसा, तिरस्कार, सूडाची भावना, तुलनेचे विचार इतके नुकसानकारक असतात, की ते आपल्यामध्ये अस्थिरता निर्माण करतात. मनाचा तोल घालवतात. यामुळे आपली कार्यक्षमता कमी होऊन मानसिक तणाव आणि अशांती वाढते. या सगळ्यांचा परिणाम म्हणजे आजारपण किंवा अचानक मृत्यू येणं. यासाठी भविष्यात कोणाकडूनही, कुठलीही अपेक्षा न ठेवता आपणच शक्य तेवढी मदत करायला हवी. नाही तर अपेक्षाभंगाचं दुःख सहन करावं लागतं. बऱ्याच लोकांची स्थिती अशीच असते. सेवाभावाने, निरंतर काम केल्याने आत्मसमाधान आणि सफलतेचा परिणाम तुमच्याकडे आपणहून चालत येईल.

'सर्वांच्या कल्याणातच माझं कल्याण आहे' हे वास्तव स्वीकारा. जेव्हा साऱ्या विश्वाचं कल्याण होतं, तेव्हा स्वतःचं कल्याण तर आपोआपच होतं.

एखाद्याला तहान लागली असेल तर पाणी देणं, कुणाला रस्ता दाखवणं, कुणाची खाली पडलेली वस्तू उचलून देणं, एखाद्याला भेटवस्तू देणं, कुणाला पत्र लिहायला मदत करणं, कुणाचा फोन आला तर त्याला बोलावणं, एखाद्याला त्याच्या कामाबद्दल काही माहिती देणं, एखाद्याचं बोलणं मनःपूर्वक, लक्ष देऊन ऐकणं, कुणाबरोबर आपण ऐकलेला कार्यक्रम पुन्हा ऐकणं, आजारी माणसाला भेटून येणं, एखाद्याला फूल देणं, लहान मुलाचं एखादं तुटलेलं खेळणं किंवा काही वस्तू पुन्हा जोडून देणं, कुणाची स्तुती करणं, त्याच्या कामाची दखल घेणं ही सर्व सेवाकार्यंच आहेत. या कामांसाठी तुम्हाला वोट किंवा नोट मिळणार नाहीत. पण सृष्टीच्या नियमानुसार तुमच्या आयुष्यात बरंच काही चांगलं घडेल. म्हणून कुणालाही मदत करताना निःस्वार्थ भाव मनात ठेवा. हे विचार, हे भाव हळूहळू तुम्हाला आवडायला लागतील. निःस्वार्थी स्वभावामुळे

तुमच्याकडून लोकांच्या अडचणी, समस्या सोडवण्याचं काम होईल. थोडक्यात, तुम्ही विश्ववासी बनाल. मग बघा, आयुष्यात किती आनंद आहे ते!

मनन करण्यायोग्य गोष्टी

▸ तुम्ही जेव्हा संपूर्ण विश्वाच्या कल्याणाबद्दल विचार करू लागता, तेव्हा विश्ववासी बनू लागता.

▸ 'विश्ववासी बनणं' हीच माणसाची सर्वोच्च शक्यता आहे, सर्वोत्तम अभिव्यक्ती आहे.

परिशिष्ट

१
यशस्वी जीवनाच्या सात गरजा
संपूर्ण यशप्राप्तीसाठीचं अंतिम ध्येय

'गरज ही शोधाची जननी आहे. आवश्यकता असते तेव्हा विश्वात मोठमोठे शोध लागतात. जितकी मोठी आवश्यकता तेवढी मोठी शक्यता.

तुमच्या जीवनात तुम्हाला जेवढं मोठं यश हवं असेल, तेवढा मोठा शोध तुमच्या अंतरंगात लागणार आहे. जसे ध्येय तशी आवश्यकता. जसा उद्देश तशी आवश्यकता. ज्या मनुष्यात समज असते, ज्याची बुद्धी शाबूत आहे, त्याच्या सात आवश्यकता असतात.

पहिली आवश्यकता - हवा, पाणी आणि भोजन

मनुष्याची पहिली गरज आहे हवा. श्वास चालू राहिला तर मनुष्य जिवंत राहतो. मूल जन्माला येतं, तेव्हा डॉक्टर त्याचा श्वास चालू आहे, की नाही ते प्रथम बघतात. जेव्हा एखाद्याचा मृत्यू होतो, तेव्हा त्याच्या आजूबाजूची माणसं त्याचा श्वास बंद झालाय, की नाही हे पाहतात. कारण श्वास थांबला, की शरीर मृत होतं.

हवेबरोबरच पाणी आणि भोजन याही महत्त्वाच्या गरजा आहेत. म्हणूनच पहिली गरज हवा, पाणी आणि भोजन. पहिली गरज भागताच दुसरी जागृत होते.

दुसरी आवश्यकता - सुरक्षा

माणसाची दुसरी गरज आहे 'स्वतःची सुरक्षा.' मनुष्य घर का बांधतो? तर पाऊसपाणी, ऊन, वादळवारा यांपासून तो सुरक्षित राहावा. माणूस पैसे मिळवतो कारण

त्याचं भविष्य सुरक्षित राहावं. जेव्हा ही गरज भागते, तेव्हा त्याला पुढील काही आवश्यकतांची जाणीव होते. त्याची पहिलीच गरज जर पूर्ण झाली नाही तर तो पुढील गरजांचा विचारही करणार नाही. त्यातूनच असुरक्षितता वाढीला लागते. म्हणून त्याची दुसरी गरज आहे सुरक्षा.

तिसरी आवश्यकता - सुखसुविधा

माणसाची तिसरी गरज आहे सुख किंवा सोय. दुसरी गरज पूर्ण होताच तो विचार करतो, चरितार्थाचं साधन आहे, राहायला घरही आहे. खाणंपिणं मिळतंय. मग आणखी काय हवं? तेव्हा त्याला वाटतं आता सुखसुविधा पाहिजेत. म्हणून घरात टीव्ही, फ्रीज, वॉशिंग मशीन अशा वस्तू आणण्याची त्याची धडपड सुरू होते. म्हणजे आता तो आपला आणि आपल्या कुटुंबाच्या सोयींचा विचार करतो. पोटाची गरज भागत नव्हती, तेव्हा इतर सोयींचा तो विचारही करू शकत नव्हता. आता जेवणाची सोय झाल्यावर तो इतर सुखसुविधांचा विचार करतो. म्हणजेच मुख्य गरज भागल्यावर इतर इच्छांचा विचार करतो. त्यातूनच चौथी गरज निर्माण होते.

चौथी आवश्यकता - प्रेम

चौथी आवश्यकता आहे प्रेम. पहिल्या तिन्ही गरजा पूर्ण झाल्यावर त्याला प्रेमाची आवश्यकता जाणवते. आपण पुष्कळ वेळा पाहतो, की श्रीमंताची मुलं दारू, गांजा, चरस वगैरे वाईट सवयींना बळी पडतात. कारण त्यांना सर्व सवलती मिळत असतात. पैशाने त्यांना पाहिजे त्या वस्तू मिळतात, फक्त प्रेम मिळत नाही. ज्या मुलांचे आई-वडील पैसे मिळवण्यासाठी किंवा इतर काही कारणांनी बाहेरच राहतात, त्यांना आई-वडिलांचं प्रेम मिळत नाही, अशी मुलं बाहेर प्रेम शोधतात. प्रेमाची ही उणीव भरून काढण्यासाठी ती जुगार खेळतात, दारू पितात आणि अशाच कितीतरी वाईट सवयींना बळी पडतात.

प्राथमिक गरजा पूर्ण झाल्यावर मनुष्य प्रेमाचा भुकेला होतो. त्याला वाटतं, आपल्यावर कुणीतरी खरं प्रेम करावं. कारण पैशाच्या लालसेने मित्र प्रेम तर करतील, पण ते खोटं असतं.

मनुष्याला कुणाकडून तरी खरं प्रेम मिळणं ही त्याची मानसिक गरज असते. म्हणून तर विविध नातेसंबंधांची निर्मिती झाली! भाऊ-बहीण, आई-वडील, काका,

मामा अशा नात्यांकडून त्याला खऱ्या प्रेमाची अपेक्षा असते.

प्रेमाची ही चौथी गरज काही लोकांसाठी तिसरी गरज बनते. त्यामुळे तिसरी गरज चौथ्या नंबरवर जाते. या आवश्यकता पूर्ण झाल्यावर मनुष्य पाचव्या गरजेकडे वळतो.

पाचवी आवश्यकता - नाव आणि प्रसिद्धी

मूलभूत मानल्या गेलेल्या पहिल्या चार गरजा पूर्ण होताच, 'आता मला नाव आणि प्रसिद्धी मिळायला हवी' असं माणसाला वाटू लागतं. त्यासाठी त्याची धडपड सुरू होते.

एखाद्या कलाकाराला त्याच्या कलाकृतीमुळे प्रसिद्धी मिळते. त्याचं नाव होतं. त्यामुळे आपणही असं काहीतरी करावं, ज्याने नाव आणि प्रसिद्धी दोन्ही गोष्टी मिळतील, असं या अवस्थेत माणसाला वाटतं. कारण त्याच्या प्रारंभिक गरजा पूर्ण झाल्याने त्याला जीवनात रितेपण जाणवायला लागतं. त्यात त्याला समाधान लाभत नाही. मिळणारं यश त्याला अपूर्ण वाटतं. म्हणून तो नाव आणि प्रसिद्धीच्यामागे धावतो. माणसाची प्रत्येक गरज त्याला पुढील मार्गावर घेऊन जाते.

सहावी आवश्यकता - स्वतःमधील शक्तीचा उपयोग

सगळ्या गरजा पूर्ण झाल्याने येणारं रितेपण भरून काढणारी प्रसिद्धी मिळाली, की माणसाला स्वतःमधील शक्ती जाणवायला लागते. मग तिचा उपयोग करावा, आपल्याकडे असलेली शक्ती प्रकट करावी, असा विचार तो करतो. किंबहुना स्वतःची ताकद, मर्यादा ओळखून आपल्यातील शारीरिक, मानसिक, बौद्धिक शक्तीचा चांगल्या कामांसाठी उपयोग करण्याची त्याला तीव्र इच्छा होते. तो काहीतरी चांगलं, समाजोपयोगी काम करू इच्छितो. कारण ती त्याची आता गरज बनलेली असते. त्याचे हेच विचार त्याला सफलतेकडे नेतात. तो आपली क्षमता अजमावतो. मी हे करू शकतो... तेही करू शकतो... तो आपली पूर्ण शक्यता पणाला लावून काम करतो. त्यातून काही शिकतो आणि सातव्या आवश्यकतेपर्यंत पोहोचतो. जिथे त्याला संपूर्ण सफलतेचा साक्षात्कार होतो.

सातवी आवश्यकता - संपूर्ण सफलतेचं अंतिम लक्ष्य

वरच्या सहाही गरजा पूर्ण झाल्या तरी माणसाला स्वतःमध्ये एक रितेपणा जाणवतो.

नाव, प्रसिद्धीसाठी त्याच्या पूर्ण शक्तीचा उपयोग होतो. तरीही जीवनात काहीतरी अपूर्ण आहे हे जाणवतं. अशा उणिवेच्या जाणिवेतूनच शेवटची गरज भासते ती आत्मसाक्षात्काराची. जोपर्यंत मनुष्याची ही इच्छा पूर्ण होत नाही, तोपर्यंत त्याला सतत रितेपण, कशाची तरी उणीव ही भावना जाणवतच राहते.

पहिल्या सहा आवश्यकतांमध्ये अंतिम जाणिवेचा समावेश नव्हता. या गरजा पूर्ण करताना माणसानं स्वतःला ओळखलं नव्हतं, जाणलं नव्हतं. आतापर्यंत माझं शरीर म्हणजेच मी असं तो मानत होता आणि त्याचप्रमाणे जगत होता. हवा, पाणी आणि भोजन या शरीराच्या गरजा आहेत हे त्याला ठाऊक नव्हतं. मात्र, सातव्या पावलावर त्याला जाणवतं, या सगळ्या गरजा शरीराच्या होत्या. आतापर्यंत सांगितलेल्या गरजा वाचून तुम्हाला हे जाणून घ्यायचं आहे, तुम्ही आता कुठं आहात? कोणत्या आवश्यकतेनुसार तुम्ही काम करत आहात? या क्षणी तुम्हाला ज्याची गरज आहे ती योग्य की अयोग्य, हा विचार करायचा नाही. फक्त पाहायचं, आपली ओढ वरून खाली आहे की खालून वर.

निम्न गरजा - स्वादिष्ट भोजन, नवे कपडे, नवी जागा, नवनव्या जागी हिंडणे-फिरणे, सिनेमा, फॅशन, सुरक्षा, सोयी, नावलौकिक, प्रसिद्धी, शक्ती, नकली प्रेम, मोह, माया इत्यादी.

उच्च गरजा - निस्सीम प्रेम, आत्मसाक्षात्कार, खरं स्वातंत्र्य, तेजज्ञान, परमानंद, संपूर्ण यश, अंतिम समज इत्यादी.

यातील कोणत्या गोष्टी आपल्याला आकृष्ट करतात?

संपूर्ण सफलता प्राप्त केल्यानंतर स्वादिष्ट भोजन करायचं नाही, नवे कपडे घालायचे नाहीत, हिंडणे-फिरणे सोडून द्यायचे, टीव्ही, फ्रीजचा उपयोग करायचा नाही असा याचा अर्थ होत नाही. या मान्यतेत आपण राहायचं नाही.

संपूर्ण यश प्राप्त केल्यावर, सातही गरजा पूर्ण झाल्यावर आपली ऊठबस, खाणं-पिणं, हिंडणं-फिरणं, लिहिणं-वाचणं, निद्रा-जागरण या गोष्टी सर्वांचं मंगल होणं, कल्याण होणं या एकाच भावनेतून होऊ लागतात. मग आपलं जीवन व्यक्तिगत न राहता अव्यक्तिगत बनतं. असं अव्यक्तिगत जीवन सफल जीवन आहे, संपूर्ण जीवन आहे.

२

दृढ संकल्प

यशप्राप्तीच्या चार गुरुकिल्ल्या

पहिली गुरुकिल्ली : 3B फॉर्म्युला – Break Back Bridge

जर्मन शिपाई लढाईवर निघाले, की त्यांना आज्ञा मिळत असे, 'Do or Die, लढा वा मरा.' रणांगणातून पळून जाणं त्यांना शक्यच नसायचं. एक पूल ओलांडून पुढे जाताच त्यांच्यापुढे दोनच पर्याय असायचे, एकतर जिंकायचं किंवा मरायचं! परतीचा मार्ग दिसू नये म्हणून ते पूलच उडवून देत. परत फिरण्याची बातच नको!

लहानपणी इतिहासाच्या पुस्तकात तानाजी मालुसऱ्यांची गोष्ट वाचलेली आठवते ना? कोंडाणा किल्ला सर करायच्या मोहिमेचे ते सेनानायक होते. मोगलांशी लढताना पराभव समोर दिसू लागताच मराठे सैनिक घाबरून पळ काढू लागले. ज्या दोरांच्या साहाय्याने सैनिक किल्ल्याचा कडा चढून वर आले होते ते दोरच तानाजीचा भाऊ सूर्याजी याने कापून टाकले. मग परतीचे सर्व मार्गच बंद झाले. त्यानंतर मराठे शिपाई समोर दुसरा पर्याय नसल्याने अधिक त्वेषाने लढू लागले. परतीच्या वाटा बंद करण्याचं हे तंत्र उपयोगात आणण्यासाठी काय करायला हवं, ते पाहू.

समजा, एका विद्यार्थ्याला कॉलेजच्या परीक्षेत प्रथम क्रमांक मिळवण्याची इच्छा आहे. मग तो आपल्या सगळ्या मित्रांसमोर जाहीर करतो, 'यावर्षी कॉलेजमध्ये माझाच पहिला नंबर येणार.' त्यानंतर त्याला जो कुणी भेटेल तो विचारेल, 'त्या दिवशी तू सगळ्यांसमोर पहिला येणार असल्याची घोषणा केलीस; मग आता जोरात अभ्यास चालू आहे ना?' आता त्या विद्यार्थ्यावर दडपण (टेन्शन) येऊ लागते. 'इतक्या लोकांपुढे मी जाहीर केले आहे, जो तो मला विचारतोय. आता मला नेटाने अभ्यास केलाच

पाहिजे' आणि तो जोरदार अभ्यासाला लागतो. याचाच अर्थ त्या विद्यार्थ्याने सर्वांसमोर जाहीर घोषणा करून 'बॅक ब्रिज' तोडून टाकला.

तुम्हाला प्रकृती सुधारायची असेल तर सकाळी लवकर उठून व्यायामशाळेत जायला हवं. उशिरा उठण्याच्या सवयीमुळेच कदाचित तुमची प्रकृती बिघडत असेल. अशावेळी परतीची वाट बंद करण्यासाठी तुम्ही काय कराल? एखाद्या व्यायामशाळेत एकदम वर्षभराची फी भरून टाका. ती फीची भरलेली रक्कमच तुमच्याकडून काम करवून घेईल. त्यानंतर तुम्ही नक्की सकाळी लवकर उठाल आणि व्यायाम करू लागाल.

डेमोस्थेनिस नावाचा एक मनुष्य होता. त्याला एक उत्कृष्ट वक्ता आणि कलाकार व्हायचं होतं. पण आवश्यक ते परिश्रम करण्यासाठी तो घरी थांबत नसे. त्याला नेहमी बाहेर फिरण्याची हौस होती. परिणामी, इच्छा असूनही त्याला चांगल्या पुस्तकांचं वाचन करता येत नव्हतं. मग एके दिवशी त्यानं परतीचे सर्व मार्ग बंद करायचं ठरवलं. त्यानं डोक्यावरचे अर्ध्या भागाचे केस कापून टाकले. आता त्याच्या अर्ध्या डोक्यावर केस होते आणि अर्ध्या डोक्याचा गोटा! मग बाहेर पडायची सोयच राहिली नाही. आता उर्वरित केस येईपर्यंत घरात बसून राहण्याखेरीज गत्यंतरच नाही. मग याच काळात डेमोस्थेनिसने घरी कित्येक पुस्तकं अभ्यासली आणि कालांतराने तो यशस्वी वक्ता बनला.

हे तंत्र अवलंबत असतानाच तुम्ही एक महत्त्वाचा विचार मनात सतत बाळगला पाहिजे, 'मी सर्व काही करू शकतो. जगात एखादं कठीण काम जर कोणी करू शकत असेल तर मीसुद्धा ते करू शकतो.' या विचाराने तुम्ही सदैव आशावादी दृष्टिकोन ठेवू शकाल. कारण एखादं अवघड काम कुणी एका माणसाने करून दाखवलं असेल तर ते कार्य दुसऱ्याच्या हातूनही घडण्याची शक्यता निश्चितच असते!

'बॅक ब्रिज' तोडून टाकणं म्हणजेच परतीचे सर्व मार्ग बंद करणं. 'हे काम मी करणारच' असं चार लोकांसमक्ष जाहीर करून टाकणं. मग तुम्ही केलेल्या घोषणेबद्दल लोक वारंवार विचारणा लागतील. जेणेकरून तुम्हाला त्या कार्यपूर्तीसाठी प्रवृत्त (मोटिव्हेट) व्हावंच लागेल. काय वाट्टेल ते झालं तरी ते काम पूर्ण करावंच लागेल.

एकदा का गळ्यात ढोल अडकवून घेतला, म्हणजेच काम पूर्ण करण्याचा तुम्ही निर्धार केलात, मग तुमच्यापुढे दोनच पर्याय उरतात. एकतर तो ढोल गळ्यातून उतरवून तरी ठेवायचा किंवा तो बडवत राहायचा. आता निर्णय तुम्हालाच घ्यायचा आहे. ढोल गळ्यात अडकवून घेतलाच आहे तर तो वाजवत राहणं हा त्यातल्या त्यात सोपा मार्ग आहे. ढोल वाजवता येत नसेल तर निदान तो गळ्यात तसाच अडकवलेला राहू द्या.

त्यामुळे तरी काही कामं तुमच्या हातून होतील. अन्यथा बॅक ब्रिज तोडला नसेल तर मनाला पळवाटा दिसू लागतात.

कठीण वाटणारं कार्य पार पाडण्यासाठी आपल्या मागचा पूल कसा तोडून टाकायचा, हे वरील उदाहरणावरून एव्हाना तुमच्या लक्षात आलं असेल. तेव्हा सर्व सबबींतून मुक्त होत यशशिखराकडे प्रयाण करा.

वास्तविक, एखादा विशिष्ट निर्णय घेतला तर माणसानं त्या निर्णयाशी वचनबद्ध असलं पाहिजे. पण तो 'जर...तर...' यातच अडकतो. 'अमुक झालं तर मी असं करीन, तमुक झालं तर तसं करीन, लोकांनी सहकार्य केलं तरच मी हे काम करीन...' अशा सबबी सांगत राहतो. तुम्ही जर अशा सबबी सांगत असाल तर तुमच्या आयुष्यात परतीचा मार्ग (बॅक ब्रिज) शिल्लक आहे, असा याचा अर्थ होतो. जोवर तुमचा निश्चय दृढ होत नाही, तोवर अजूनही कामं टाळायची सवय शिल्लक आहे, असा याचा अर्थ होतो. बॅक ब्रिज कोणता आणि तो कसा तोडावा, हे खालील फॉर्म्युल्यावरून समजून घेऊया.

कामापासून दूर पळण्याची प्रवृत्ती (टेण्डन्सी) काही लोकांमध्ये असते. कित्येकवेळा त्यात त्यांना यशही येतं. शिवाय त्यांचा कामचुकारपणा इतरांच्या लक्षात न आल्याने मनुष्याला वाटतं, 'चला, सुटलो एकदाचा! आता तर माझं निभावून गेलं.' त्यावेळी तो सुटकेचा निःश्वास टाकतो, त्याला हायसं वाटतं; पण आपल्याला चुकीची आणि वाईट सवय जडत आहे हे त्यावेळी त्याच्या लक्षात येत नाही. तात्पुरत्या फायद्याच्या (शॉर्ट टर्म बेनिफिटच्या) जाळ्यात तो पुरता अडकतो. त्याला वाटतं, 'जबाबदारी घ्यायच्या कटकटीतून मी मुक्त झालो.' अशा प्रकारे, कामचुकारपणाच्या सवयीमुळे अत्यंत आवश्यक असलेली तातडीची कामंही त्याच्या हातून होत नाहीत. त्यानंतर केवळ पश्चात्तापाशिवाय त्याच्या हाती काहीच उरत नाही. म्हणून मनुष्यानं जबाबदारी घ्यायला, वचनबद्ध व्हायला आणि निर्णय घ्यायला शिकलं पाहिजे. शिवाय, सर्व बॅक ब्रिजही तोडून टाकायला हवेत.

दुसरी गुरुकिल्ली : हार मानू नका

तुम्ही जर चेंडू जमिनीवर आपटला तर तो लगेच उसळी घेऊन पुन्हा वर येतो. याचाच अर्थ, अपयश म्हणजे पुन्हा नव्यानं उसळी मारण्याची संधी! यासाठी अपयशापासून बोध घ्यायला हवा. तुम्हाला आयुष्यात जेव्हा कठीण परिस्थितीचा सामना करावा लागतो, तेव्हा तुम्ही काय करता? यशाकडे उसळी मारण्याचा प्रामाणिक प्रयत्न करता, की 'जैसे थे' परिस्थितीत आनंद मानता? खरंतर प्रत्येक अपयश तुम्हाला एक अमूल्य बोध प्रदान करण्यासाठी येतं. हा बोध प्राप्त करून भविष्यातल्या आव्हानात्मक जबाबदाऱ्यांसाठी

सज्ज व्हायला हवं.

आगीमध्ये सोनं जेवढं तावून-सुलाखून निघतं, तेवढीच त्याला अधिक झळाळी प्राप्त होते. अगदी त्याचप्रमाणे, आयुष्यात येणारं अपयश म्हणजे यशाकडे पोहोचवणारी समृद्ध अनुभवांची शिदोरीच, जी निर्णय घेताना किंवा मोठी जबाबदारी पार पाडताना तुमच्या कामी येते. तुमच्यात पुरेशी समज असेल, आकलनशक्ती, समजशक्ती असेल, वेगवेगळ्या दृष्टिकोनातून विचार करण्याची कुवत असेल तर प्रत्येक अपयशाला तुम्ही यशाची पायरी बनवू शकाल. कारण अडचणी, संकटं, अडथळे निर्माण होताच तुमच्यातील सुप्त शक्ती जागृत होईल आणि मोठ्या जबाबदाऱ्या पेलताना हीच ऊर्जा तुमच्या कामी येईल.

तिसरी गुरुकिल्ली : सरावातून प्रावीण्य प्राप्त करा

कोणत्याही कलाकाराच्या यशाचं रहस्य असतं, सातत्यपूर्वक केलेला सराव आणि अपयशाचं कारण असतं, आळस.

१) सतत सराव केल्याने तुमच्यात धैर्य, दृढ विश्वास आणि संकल्पशक्ती असे सद्‌गुण वृद्धिंगत होतील.

२) मनातील भीती आणि संकोच दूर करून आत्मविश्वास मिळवण्यासाठी सतत सराव आणि कृती करत राहणं हाच एकमेव उपाय आहे.

३) कोणतंही काम तडीस नेण्यासाठी आणि त्यात कौशल्य मिळवण्यासाठी तीव्र इच्छा, दृढनिश्चय आणि साहसही असलं पाहिजे. हे सर्व अचूक सरावानंच शक्य होतं.

४) अचूक सरावाने आपल्या कामाला योग्य दिशा देऊन, आपण भावनांनाही योग्य दिशा देऊ शकतो.

चौथी गुरुकिल्ली : सुप्त ऊर्जा जागृत करा

एखादं काम शेवटपर्यंत करत असताना मनुष्याला प्रशिक्षण नसल्याने, एखादा 'फ्यूज' उडावा तसा त्याचा विश्वास, धीर आणि हिंमत हळूहळू खचत जाते. समजा, बल्ब जळत असताना अचानक व्होल्टेज वाढलं तर फ्यूज वितळून तो उडतो. आपली अवस्थादेखील अगदी याचप्रमाणे असते. ऊर्जेच्या एका स्तरावर काम करत असताना थोडं 'टेन्शन' वाढताच आपला विश्वास, धैर्य खचू लागतं. कारण ज्याप्रमाणे बल्ब एका विशिष्ट मर्यादेपर्यंतचा लोड सहन करू शकतो, त्याचप्रमाणे आपलं शरीरही विशिष्ट मर्यादेनंतर थकल्याची घोषणा करतं. पण आपण खरंच इतके थकलेलो असतो का?

नक्कीच नाही. आता विजेच्या दिव्यासाठी योग्य रेटिंगच्या फ्यूजऐवजी कमी रेटिंगचा फ्यूज लावला तर तो वितळून उडणारच; त्याचप्रमाणे, आपल्याही अंतर्यामी जी अमर्याद ऊर्जा सामावलीय; ती न ओळखताच जर आपण 'मी खूप थकलोय' अशी घोषणा केली, तर आपलं जीवन यशाच्या प्रकाशात कसं बरं न्हाऊन निघेल? आपण स्वतःच्या ऊर्जेचा स्तर नीट ओळखू न शकल्याने हाती घेतलेलं काम सोडून देतो. तेव्हा लक्षात घ्या, विजेचा भार सहन करण्याची क्षमता नसल्याने बल्बचा फ्यूज उडतो. पण आपल्या अंतर्यामी ऊर्जेचे एकूण तीन स्तर असतात. आपल्याला तिसऱ्या स्तरापर्यंत पोहोचायचंय. जेणेकरून कितीही कार्यभार वाढला तरी आपण सहजतेने कार्यपूर्ती करू शकू.

पहिल्या स्तरावरील ऊर्जा

आपण दैनंदिन कार्यात जी ऊर्जा खर्च करतो, ती म्हणजेच पहिल्या स्तरावरची ऊर्जा. जसं, सकाळी उठून तयार होणं, ऑफिसमध्ये, शाळा-कॉलेजात जाणं, काही महत्त्वाची कामं करणं, घरातल्या माणसांसोबत वेळ घालवणं; अशी सर्व कामं ऊर्जेच्या पहिल्या स्तरावर होतात.

दुसऱ्या स्तरावरील ऊर्जा

दुसऱ्या स्तरावरची ऊर्जा म्हणजे दैनंदिन कामांसाठी लागणाऱ्या ऊर्जेपेक्षा थोडी जास्त असणारी ऊर्जा, जी आपण वेगवेगळ्या प्रसंगी खर्ची घालतो. जसं, सण-समारंभात आपण नेहमीपेक्षा अधिक कामं करतो, परीक्षांच्या दिवसात विद्यार्थी खूप मेहनत घेत असतात. सकाळी लवकर उठतात, दिवसभर अभ्यास करतात, रात्री उशिरा झोपतात. शिवाय, जेव्हा आपण एखाद्या पिकनिकला जातो, तेव्हा आपण उत्साहाच्या भरात कितीतरी अंतर चालतो. अशा सर्व प्रसंगी दुसऱ्या स्तरावरची ऊर्जा कार्यरत असते.

तिसऱ्या स्तरावरील ऊर्जा

तिसऱ्या स्तरावरील ऊर्जा क्वचितच आढळते. अगदी अवचित, अनपेक्षित, अकल्पित घटना घडल्या तर त्यावेळी अशा ऊर्जेचा वापर होतो. हे एका उदाहरणातून समजून घेऊया.

एकदा एक स्त्री तिच्या मुलाला घेऊन एका दुकानात गेली. ती दुकानदाराशी बोलत असताना तिचा मुलगा हात सोडून रस्त्यावर गेला. ही गोष्ट त्यावेळी त्या स्त्रीच्या लक्षात आली नाही. थोड्या वेळाने ती आपल्या मुलाला शोधू लागली. तेवढ्यात तिला तिचा मुलगा रस्त्याच्या मधोमध उभा असल्याचं दिसलं. त्याचवेळी समोरून एक

ट्रक भरधाव येत होता. पण ट्रक-ड्रायव्हरचं त्या छोट्या मुलाकडे लक्ष गेलं नाही. तो आपल्याच नादात ट्रक चालवत होता. आता आपल्या मुलाचा जीव धोक्यात असल्याचं त्या स्त्रीला स्पष्टपणे दिसत होतं. ती जिवाच्या आकांताने जोरात धावू लागली. ट्रक आपल्या मुलाच्या अंगावर जाणार हे पाहून ट्रक थांबवण्याचा तिने निकराचा प्रयत्न केला.

एवढा मोठा धोका पत्करण्याचं साहस सर्वसाधारण माणसात नसतं. अशा प्रकारच्या शक्तीचा चमत्कार रोजच्या जगण्यात बघायला मिळत नाही. पण मुख्य मुद्दा म्हणजे आपल्या शरीरात असणाऱ्या तिसऱ्या प्रकारच्या ऊर्जेचा उपयोग करायला आपण शिकलं पाहिजे.

काम करत असताना थकल्यासारखं वाटणं, आता यापुढे आणखी काम करणं अशक्य असल्याचं वाटलं, तर अशावेळी स्वतःलाच आठवण करून द्या, तुमच्यात कार्य करण्याची प्रचंड क्षमता आहे. यापूर्वी तुम्हाला तुमच्या शरीरातील शक्तींची, शरीराच्या क्षमतेची पूर्णपणे ओळख नसल्याने तुम्ही कठीण कामं पूर्ण करू शकत नव्हता. यापुढे मात्र प्रत्येक माणसाला अशा शक्तींचं आणि पात्रतांचं वरदान निसर्गाकिडूनच लाभलं आहे, याचं भान ठेवायला हवं.

तुम्ही विद्यार्थिदशेत असताना हा अनुभव कधीतरी आलाच असेल. परीक्षेच्या आदल्या रात्री रात्रभर जागून तुम्ही अभ्यास केला, दुसऱ्या दिवशी परीक्षा दिली आणि उत्तीर्णही झालात! आता विचार करा, रात्रभर जागून अभ्यास करण्याइतकी ऊर्जा त्यावेळी तुमच्यात कुठून आली? ही ऊर्जा तुमच्यात आधीच होती. परीक्षेत पास होण्याच्या, मनावरच्या तणावामुळे ती प्रकट झाली एवढंच! आजही आपल्यात ती ऊर्जा आहेच; पण आपण शेवटच्या क्षणापर्यंत कार्य पूर्ण करण्याची वाट पाहात नाही. थोडा थकवा येताच आपलं काम लगेच थांबवतो. यासाठीच छोटे छोटे प्रयोग करून आपल्यातील सुप्त ऊर्जा जागृत करायला हवी.

• • •

हे पुस्तक वाचल्यानंतर आपला अभिप्राय कृपया या पत्त्यावर अवश्य पाठवा.

Tej Gyan Global Foundation,

Pimpri Colony Post Office,

P. O. Box 25, Pune - 411 017. Maharashtra (India).

एक अल्प परिचय
सरश्री

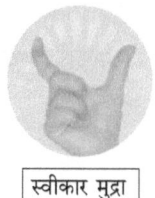

स्वीकार मुद्रा

सरश्रींचा आध्यात्मिक शोधाचा प्रवास त्यांच्या बालपणापासूनच सुरू झाला होता. हा शोध सुरू असतानाच त्यांनी अनेक प्रकारच्या पुस्तकांचं अध्ययन केलं. त्याचबरोबर या शोधकाळात त्यांनी अनेक ध्यानपद्धतींचा अभ्यासही केला. त्यांच्यातील या जिज्ञासेने त्यांना अनेक वैचारिक आणि शैक्षणिक संस्थांमध्ये जाण्यासाठी प्रेरित केलं. जीवनाचं रहस्य समजण्यासाठी त्यांनी **प्रदीर्घ काळ मनन करून आपलं शोधकार्य सातत्याने सुरू ठेवलं. या शोधातूनच त्यांना 'आत्मबोध' प्राप्त झाला.** आत्मसाक्षात्कारानंतर त्यांना जाणवलं, की **अध्यात्माचा प्रत्येक मार्ग ज्या शृंखलेने जोडलेला आहे, तो म्हणजे 'समज'** (Understanding). आत्मबोधप्राप्तीनंतर त्यांनी अध्यापनाचं कार्य थांबवलं आणि जवळ जवळ दोन दशकांहूनही अधिक काळ आपलं समस्त जीवन मानवजातीच्या कल्याणासाठी आणि आध्यात्मिक विकासासाठी अर्पण केलं.

सरश्री म्हणतात, ''सत्यप्राप्तीच्या सर्व मार्गांचा प्रारंभ जरी वेगवेगळ्या मार्गांनी होत असला, तरी सर्वांचा अंत मात्र एकच समज प्राप्त केल्याने होतो. ही **'समज'च सर्व काही असून ती स्वतःमध्ये परिपूर्ण आहे.** आध्यात्मिक ज्ञानप्राप्तीसाठी या 'समजे'चं श्रवणच पुरेसं आहे.'' ही समज प्रकाशमान करण्यासाठी आजपर्यंत त्यांनी **आध्यात्मिक विषयांवर तीन हजारांहून अधिक प्रवचनं दिली आहेत.** या प्रवचनांद्वारे ते अध्यात्मातील अतिशय गहन संकल्पना सहज, सुलभ आणि व्यावहारिक भाषेत समजावून सांगतात. समाजातील प्रत्येक स्तरावरील मनुष्य सरश्रींद्वारे सांगितल्या जाणाऱ्या या समजेचा लाभ घेऊ शकतो.

ही समज प्रत्येकाला आपल्या अनुभवातून प्राप्त व्हावी, यासाठी सरश्रींनी **'महाआसमानी परमज्ञान शिबिर'** आणि त्यासाठी आवश्यक असणारी कार्यप्रणाली (सिस्टिम) तयार केली. **तिचा लाभ आज लाखो लोक घेत आहेत.** या प्रणालीला आय.एस.ओ. (ISO 9001:2015) प्रमाणपत्रही लाभलंय. या प्रणालीमुळेच अनेकांना

सत्यमार्गावर वाटचाल करण्याची प्रेरणा मिळाली आहे. या समजेचा प्रचार आणि प्रसार करण्यासाठी त्यांनी 'तेजज्ञान फाउंडेशन' या आध्यात्मिक संस्थेचा पाया रचला. **'हॅपी थॉट्सद्वारे उच्चतम विकसित समाजाची निर्मिती करणे,'** हेच या संस्थेचं मुख्य उद्दिष्ट आहे.

विश्वातील प्रत्येक मनुष्य आज सरश्रींच्या मार्गदर्शनाचा लाभ घेऊ शकतो. त्यासाठी कोणत्याही धर्म, जात, उपजात, वर्ण, पंथ वा लिंग यांचं बंधन नसतं. विश्वाच्या प्रत्येक कानाकोपऱ्यांतील लोक आज 'तेजज्ञान'च्या अनोख्या ज्ञानप्रणालीचा (System for Wisdom) लाभ घेत आहेत. याच व्यवस्थेचा आणखी एक महत्त्वपूर्ण भाग म्हणजे, **दररोज सकाळी आणि रात्री ९ वाजून ९ मिनिटांनी लाखो लोक विश्वशांतीसाठी प्रार्थना करत आहेत.**

बेस्ट सेलर पुस्तक 'विचार नियम' शृंखलेचे रचनाकार म्हणूनही सरश्रींना ओळखलं जातं. **केवळ पाच वर्षांच्या कालावधीत या पुस्तकाच्या १ कोटीपेक्षा अधिक प्रती** वितरित झाल्या आहेत. याशिवाय आजवर त्यांनी विविध विषयांवर **१०० हून अधिक पुस्तकं लिहिली** आहेत. त्यांपैकी 'विचार नियम', 'स्वसंवाद एक जादू', 'शोध स्वतःचा', 'स्वीकाराची जादू', 'निःशब्द संवाद एक जादू', 'संपूर्ण ध्यान' इत्यादी पुस्तकं बेस्ट सेलर झाली आहेत. ही पुस्तकं दहापेक्षा अधिक भाषांमध्ये अनुवादित असून, पेंगुइन बुक्स, हे हाउस पब्लिशर्स, जैको बुक्स, मंजुळ पब्लिशिंग हाउस, प्रभात प्रकाशन, राजपाल ॲण्ड सन्स, पेंटागॉन प्रेस आणि सकाळ प्रकाशन इत्यादी प्रमुख प्रकाशन संस्थांद्वारे ती प्रकाशित झाली आहेत.

तेजज्ञान फाउंडेशन परिचय

तेजज्ञान फाउंडेशन आत्मविकासातून आत्मसाक्षात्कार प्राप्त करण्याचा एक मार्ग आहे. यासाठी सरश्रींद्वारा एक अनोखी बोधप्रणाली (System for Wisdom) निर्माण झाली आहे. या प्रणालीला आंतरराष्ट्रीय प्रमाणपत्राद्वारे ISO 9001:2015च्या आवश्यकतेनुसार आणि निकष पडताळून सरळ, व्यावहारिक आणि प्रभावी बनवलं गेलं आहे.

या संस्थेच्या प्रबोधनपद्धतीच्या भिन्न पैलूंना (शिक्षण, निरीक्षण आणि गुणवत्ता) स्वतंत्र गुणवत्ता परीक्षकांद्वारे (Quality Auditors) क्रमबद्ध पद्धतीने पडताळलं गेलं. त्यानंतर या पैलूंना ISO 9001:2015 साठी पात्र समजून या बोधपद्धतीला हे प्रमाणपत्र प्रदान करण्यात आलं.

या फाउंडेशनचे लक्ष्य आहे नकारात्मक विचारांकडून सकारात्मक विचारांकडे वाटचाल. सकारात्मक विचारांकडून शुभ विचारांकडे म्हणजे हॅपी थॉट्सकडे प्रगती. शुभ विचारांकडून निर्विचार अवस्थेकडे मार्गक्रमण आणि निर्विचार अवस्थेच्या अंती आत्मसाक्षात्कार प्राप्ती. 'मी सर्व विचारांपासून मुक्त व्हावे' हा विचार म्हणजे शुभ विचार (हॅपी थॉट्स). 'मी प्रत्येक इच्छेपासून मुक्त व्हावे', अशी इच्छा म्हणजे शुभ इच्छा.

तेजज्ञान म्हणजे ज्ञान व अज्ञान या दोहोंच्या पलीकडचे ज्ञान. पुष्कळ लोक सामान्य ज्ञानाच्या (General Knowledge) माहितीलाच ज्ञान मानतात. परंतु अस्सल ज्ञान आणि नुसती माहिती यांत फार मोठे अंतर आहे. आजमितीला लोक सामान्य ज्ञानाच्या उत्तरांनाच जास्त महत्त्व देतात. अशा ज्ञानाचे विषय म्हणजे कर्म आणि भाग्य, योग आणि प्राणायाम, स्वर्ग आणि नरक इत्यादी. आजच्या युगात सामान्यज्ञान प्राप्त करणारे लोक, शिक्षक मोठ्या प्रमाणावर आहेत; परंतु हे ज्ञान ऐकून जीवनात परिवर्तन घडून येत नाही. असे ज्ञान म्हणजे केवळ बुद्धिविलास आहे किंवा अध्यात्माच्या नावावर चाललेला बुद्धीचा व्यायाम आहे.

सर्व समस्यांवरील उपाय आहे तेजज्ञान. क्रोध, चिंता आणि भय यांपासून मुक्त जीवन म्हणजे तेजज्ञान. शारीरिक, मानसिक, सामाजिक, आर्थिक आणि आध्यात्मिक प्रगतीचा, सर्वांगीण प्रगतीचा मार्ग आहे तेजज्ञान. तेजज्ञान आपल्या अंतरंगात आहे. येथे या आणि या गोष्टीचा अनुभव घ्या.

आपल्याला असे ज्ञान हवे आहे, की जे सामान्य ज्ञानापलीकडे आहे, जे प्रत्येक समस्येवरील उत्तर आहे, जे प्रत्येक समजुतीपासून, गृहीत धारणांपासून आपल्याला मुक्त करते, ईश्वरी साक्षात्कार घडविते, अंतिम सत्यात स्थापित करते. आता वेळ आली

आहे शाब्दिक, सामान्यज्ञानातून बाहेर येऊन तेजज्ञानाचा अनुभव घेण्याची!

आजवर जप-तप, तंत्र-मंत्र, कर्म-भाग्य, ध्यान-ज्ञान, योग-भक्ती असे अनेक मार्ग अध्यात्मात सांगितले आहेत. या सर्व मार्गांनी प्राप्त होणारी अंतिम समज, अंतिम ज्ञान, बोध एकच आहे. अंतिम सत्याच्या शोधकाला, साधकाला शेवटी जी एकच 'समज' प्राप्त होते, ती 'समज' श्रवणानेसुद्धा प्राप्त होऊ शकते. अशा समजप्राप्तीसाठी श्रवण करणे यालाच तेजज्ञान प्राप्त करणे म्हटले गेले आहे. तेजज्ञानाच्या श्रवणाने सत्याचा साक्षात्कार घडतो, ईश्वरीय अनुभव मिळतो. हेच तेजज्ञान सरश्री महाआसमानी शिबिरात प्रदान करतात.

महाआसमानी परमज्ञान
शिबिर परिचय आणि लाभ (निवासी)

तुम्हाला सर्वोच्च आनंद हवाय? असा आनंद, जो कोणत्याही बाह्य कारणावर अवलंबून नाही... जो प्रत्येक क्षणी वृद्धिंगत होतो. या जीवनात तुम्हाला प्रेम, विश्वास, शांती, समृद्धी आणि परमसंतुष्टी हवी आहे का? शारीरिक, मानसिक, सामाजिक, आर्थिक आणि आध्यात्मिक अशा आयुष्याच्या सर्व स्तरांवर यशस्वी होण्याची तुमची इच्छा आहे का? 'मी कोण आहे' हे तुम्हाला अनुभवाने जाणावंसं वाटतं का?

तुमच्या अंतर्यामी अशा सर्व प्रश्नांची उत्तरं जाणण्याची इच्छा आणि 'अंतिम सत्य' प्राप्त करण्याची तृष्णा असेल, तर तेजज्ञान फाउंडेशनतर्फे आयोजित 'महाआसमानी शिबिरा'त तुमचं स्वागत आहे. हे शिबिर सरश्रींच्या मार्गदर्शनावर आधारित आहे. सरश्री, आजच्या युगातील आध्यात्मिक गुरू असून, ते आजच्या लोकभाषेत अत्यंत सहजपणे आध्यात्मिक समज प्रदान करतात.

महाआसमानी परमज्ञान शिबिराचा उद्देश : विश्वातील प्रत्येक मनुष्यानं 'मी कोण आहे', या प्रश्नाचं उत्तर जाणून तो सर्वोच्च आनंदाच्या अवस्थेत स्थापित व्हावा, हाच या शिबिराचा मुख्य उद्देश आहे. प्रत्येकाला असं ज्ञान प्राप्त व्हावं, जेणेकरून त्यानं प्रत्येक क्षणी वर्तमानात जगण्याची कला आत्मसात करावी. तो भूतकाळाचं ओझं आणि भविष्याची चिंता यांतून मुक्त व्हावा. प्रत्येकाच्या आयुष्यात कधीही न संपणारा आनंद आणि योग्य समज यावी. शिवाय, प्रत्येकानं समस्या विलीन करण्याची कला आत्मसात करावी. थोडक्यात, मनुष्यजन्माचा उद्देश सफल व्हावा, हाच या शिबिराचा उद्देश आहे.

'मी कोण आहे? मी येथे का आहे? मोक्ष म्हणजे काय? या जन्मातच मोक्षप्राप्ती शक्य आहे का?' असे प्रश्न जर तुमच्या मनात असतील, तर त्यांवरील उत्तर आहे- 'महाआसमानी परमज्ञान शिबिर'.

महाआसमानी परमज्ञान शिबिराचे मुख्य लाभ : वास्तविक या शिबिराचे लाभ तर असंख्य आहेत; पण त्यांपैकी मुख्य लाभ पुढीलप्रमाणे- * जीवनात शक्तिशाली ध्येय निश्चित होतं *'मी कोण आहे' हे अनुभवाने जाणता येतं (सेल्फ रियलायजेशन) *मनाचे सर्व विकार विलीन होतात. *भय, चिंता, क्रोध, बोरडम, मोह, तणाव या नकारात्मक बाबींतून मुक्ती *प्रेम, आनंद, मौन, समृद्धी, संतुष्टी, विश्वास अशा दिव्य गुणांशी युक्ती *साधं, सरळ पण शक्तिशाली जीवन जगता येतं *प्रत्येक समस्येचं निराकरण करण्याची कला प्राप्त होते *'प्रत्येक क्षणी वर्तमानात जगणं' हा तुमचा स्वभाव बनतो * आपल्यातील सर्व सकारात्मक शक्यता खुलतात *याच जीवनात मोक्षप्राप्ती होते

महाआसमानी परमज्ञान शिबिरात सहभागी कसं व्हाल? या शिबिरात सहभागी होण्यासाठी तुम्हाला खालील बाबींची पूर्तता करायची आहे- १) तुमचं वय कमीत कमी अठरा किंवा त्यापेक्षा अधिक असायला हवं. २) सर्वप्रथम तुम्हाला 'सत्य-स्थापना' (फाउंडेशन ट्रुथ रिट्रीट) शिबिरात सहभागी व्हावं लागेल. या शिबिरात, तुम्ही प्रामुख्यानं दोन बाबी शिकाल- प्रत्येक क्षणी वर्तमानात जगण्याची कला कशी आत्मसात करावी आणि निर्विचार अवस्था कशी प्राप्त करावी. ३) प्राथमिक स्तरावर तुम्हाला काही प्रवचनं ऐकायची असून, त्यांतून तुम्ही मूलभूत समज आत्मसात कराल आणि महाआसमानी शिबिरात प्रवेश करण्यासाठी तयार व्हाल.

हे शिबिर साधारणपणे एक-दोन महिन्यांच्या अंतराने आयोजित करण्यात येतं. यात हजारो सत्यशोधक सहभागी होतात. या शिबिराची तयारी दोन पद्धतींनी करू शकता. पहिली पद्धत- मनन आश्रम, पुणे येथे ५ दिवसीय शिबिरात भाग घेऊ शकता. दुसरी पद्धत- तेजज्ञान फाउंडेशनच्या जवळच्या सेंटरवर जाऊन सत्यश्रवणाद्वारेही करू शकता. महाराष्ट्रात अहमदनगर, सातारा, औरंगाबाद, नाशिक, नागपूर, वर्धा, अमरावती, चंद्रपूर, यवतमाळ, कोल्हापूर, सांगली, रत्नागिरी, लातूर, बीड, नांदेड, परभणी, पनवेल, मुंबई, ठाणे, सोलापूर, पंढरपूर, जळगाव, अकोला, बुलढाणा, धुळे, भुसावळ आणि महाराष्ट्राबाहेर सुरत, अहमदाबाद, बडोदा, नवी दिल्ली, बेंगलुरू, बेळगाव, धारवाड, रायपूर, भुवनेश्वर, कोलकाता, रांची, लखनौ, कानपूर, चंदीगढ, जयपूर, चेन्नई, पणजी, म्हापसा, भोपाळ, इंदोर, इटारसी, हर्दा, विदिशा, बुऱ्हाणपूर या ठिकाणी महाआसमानी शिबिराची पूर्वतयारी करू शकता.

तेजज्ञान फाउंडेशनमध्ये उपलब्ध असणाऱ्या सरश्रीलिखित पुस्तकांचं वाचन करून तुम्ही या शिबिराची पूर्वतयारी करू शकता. याशिवाय, तुम्ही रेडिओ किंवा यू ट्युबवरील

सरश्रींच्या प्रवचनांचा लाभही घेऊ शकता. पण लक्षात घ्या, पुस्तकांतील ज्ञान, रेडिओ आणि यू ट्युबवरील प्रवचनं म्हणजे 'तेजज्ञानाची तोंडओळख' आहे; 'संपूर्ण तेजज्ञान' मुळीच नाही. तुम्ही महाआसमानी शिबिरात सहभागी होऊनच तेजज्ञानाचा आनंद घेऊ शकता. तेव्हा आगामी महाआसमानी शिबिरात सहभागी होण्यासाठी आजच संपर्क करा- 09921008060/75, 9011013208

महाआसमानी परमज्ञान शिबिरस्थान : हे शिबिर पुण्यातील मनन आश्रम येथे आयोजित केलं जातं. येथे तुमच्या निवासाची आणि भोजनाची व्यवस्था केली जाते. तुम्हाला काही शारीरिक व्याधी असतील आणि त्यासाठी जर तुम्ही नियमितपणे औषधं घेत असाल, तर शिबिरात येताना ती सोबत बाळगावीत. शिवाय, वातावरणानुसार गरम कपडे, स्वेटर, ब्लँकेटही आणावं.

पुणे शहरापासून १७ किलोमीटर अंतरावर अत्यंत निसर्गरम्य परिसरात मनन आश्रम वसलेला आहे. आश्रमात महिला आणि पुरुष यांच्या निवासाची स्वतंत्र व्यवस्था असून येथे जवळपास ८०० लोकांच्या राहण्याची व्यवस्था आहे. आपण हवाईमार्ग, हायवे किंवा रेल्वे अशा कोणत्याही मार्गाने पुण्यात येऊ शकता.

मनन आश्रम : मनन आश्रम, पुणे, सर्व्हे नं. ४३, सणस नगर, नांदोशी गाव, किरकटवाडी फाटा, तालुका- हवेली, जिल्हा-पुणे-४११०२४. फोन : 09921008060

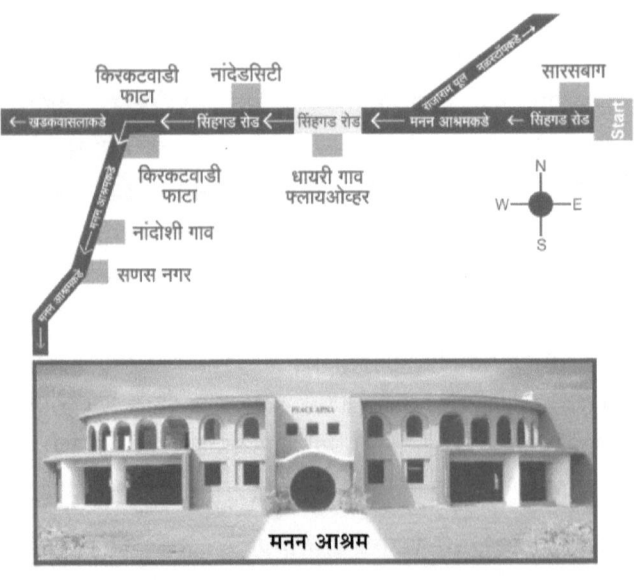

← मनन आश्रमकडे

मनन आश्रम

तेजज्ञान इंटरनेट रेडिओ

तेजज्ञान इंटरनेट रेडिओद्वारे २४ तास ३६५ दिवस, सरश्रींच्या प्रवचन आणि भजनांचा लाभ घ्या. त्यासाठी पाहा लिंक –
http://www.tejgyan.org internetradio.aspx

विविध भारती F.M. वर दर रविवारी
सकाळी १०:०५ ते १०:१५ वा.

नोट : *या कार्यक्रमांच्या वेळेत बदल झाल्यास नोंद ठेवावी.*

www.youtube.com/tejgyan च्या साहाय्यानेदेखील
सरश्रींच्या प्रवचनांचा लाभ घेऊ शकता.
For online shoping visit us - www.tejgyan.org,
www.gethappythoughts.org

आपणास हवी असलेली पुस्तकं घरपोच मिळण्यासाठी मनीऑर्डर पाठवा.
ही पुस्तकं आमच्या खर्चाने रजिस्टर्ड पोस्ट, कुरिअर आणि व्ही.पी.पी.द्वारे पाठवली जातील. त्यासाठी खालील पत्त्यावर संपर्क साधावा.

वॉव पब्लिशिंग्ज् प्रा. लि.
*रजिस्टर्ड ऑफिस : E- 4, वैभव नगर, तपोवनमंदिराजवळ, पिंपरी, पुणे –४११०१७
* पोस्ट बॉक्स नं. ३६, पिंपरी कॉलनी, पोस्ट ऑफिस, पिंपरी-पुणे – ४११०१७
फोन नं. : 09011013210 / 9623457873

आपण पुस्तकांची ऑर्डर ऑनलाईनही देऊ शकता.
लॉग इन करा – www.gethappythoughts.org
५०० रुपयांहून अधिक किमतीची पुस्तकं मागवल्यास १०% सूट मिळेल आणि डिलिव्हरी फ्री.

तेजज्ञान फाउंडेशनच्या मुख्य शाखा

- पुणे : (रजिस्टर्ड ऑफिस)
  विक्रांत कॉम्प्लेक्स, तपोवन मंदिराजवळ,
  पिंपरी, पुणे : 411 017.
  फोन : (020) 27412576, 27411240

- मनन आश्रम :
  सर्व्हे नं. ४३, सणस नगर, नांदोशी गांव,
  किरकटवाडी फाटा, तालुका : हवेली,
  जि. पुणे: 411 024. फोन : 09921008060

e-books

The Source • Complete Meditation • Ultimate Purpose of Success • Enlightenment • Inner Magic • Celebrating Relationships • Essence of Devotion • Master of Siddhartha • Self Encounter and many more.
Also available in Hindi at gethappythoughts.org

Free apps

U R Meditation & Tejgyan Internet Radio on all platforms like Android, iPhone, iPad and Amazon

e-magazines

'Yogya Aarogya' & 'Drushtilakshya'
emagazines available on www.magzter.com

e-mail

mail@tejgyan.com

Website

www.tejgyan.org, www.gethappythoughts.org

✴ नम्र निवेदन ✴

विश्वशांतीसाठी लाखो लोक दररोज सकाळी
आणि रात्री ९:०९ मिनिटांनी प्रार्थना करत आहेत.
कृपया, आपणही यामध्ये सहभागी व्हा.

www.ingramcontent.com/pod-product-compliance
Lightning Source LLC
LaVergne TN
LVHW040144080526
838202LV00042B/3023